மரபும் புதுமையும்

தொ. பரமசிவனின் பிற நூல்கள்
(காலச்சுவடு வெளியீடு)

கட்டுரைகள்

    பண்பாட்டு அசைவுகள்

    அறியப்படாத தமிழகம்

    தெய்வம் என்பதோர்...

    இதுவே சனநாயகம்!

    மஞ்சள் மகிமை!

    பாளையங்கோட்டை வரலாறு

நேர்காணல்

    தொ. பரமசிவன் நேர்காணல்கள்

மறுசுழற்சி முறையில் தயாரித்த தாள்களில் இந்நூலை அச்சிட்டிருக்கிறோம். உலகின் காடுகளைப் பொறுப்பாக மேலாண்மை செய்வதை ஊக்குவிப்பதற்கான காட்டுப் பொறுப்பாண்மை அவை (Forest Stewardship Council) என்னும் இலாப நோக்கற்ற, உலகளாவிய அமைப்பு இதற்கான சான்றிதழை வழங்கியுள்ளது.

இது பற்றிய தமது கருத்துகளை வாசகர்கள் publisher@kalachuvadu.com என்ற மின்னஞ்சலுக்கு எழுதுக.

– பதிப்பாளர்

மரபும் புதுமையும்

தொ. பரமசிவன் (1950 – 2020)

தொ.ப. என்று அழைக்கப்பட்ட பேராசிரியர் தொ. பரமசிவன் தமிழகத்தின் முன்னணி ஆய்வாளர்களுள் ஒருவராகத் திகழ்ந்தார். இவருடைய 'அழகர் கோயில்' அது வரையிலான கோயில் ஆய்வு நூல்களின் எல்லைகளை விஸ்தரித்தது. பல குறுநூல்களையும் தொ.ப. எழுதியுள்ளார்.

மனோன்மணியம் சுந்தரனார் பல்கலைக்கழகத்தின் தமிழ்த் துறைத் தலைவராகப் பணியாற்றிய தொ.ப. தனது பணி காலத்திலேயே விருப்ப ஓய்வு பெற்றார்.

தொ.ப. டிசம்பர் 24, 2020 அன்று பாளையங்கோட்டையில் காலமானார்.

● அன்பார்ந்த வாசகருக்கு,

வணக்கம்.

காலச்சுவடு நூலை வாங்கியமைக்கு நன்றி.

நூலின் உள்ளடக்கம், உருவாக்கம், அட்டைப்படம் இன்ன பிற அம்சங்கள் பற்றிய உங்கள் கருத்துகளையும் ஆலோசனைகளையும் காலச்சுவடு வரவேற்கிறது. தகவல், எழுத்து, வாக்கியப் பிழைகள் தென்பட்டால் அவசியம் தெரிவித்து உதவுங்கள். நூல் தயாரிப்பில் கடும் குறைபாடு இருப்பின் மாற்றுப் பிரதி உங்களுக்குக் கிடைக்கக் காலச்சுவடு ஏற்பாடு செய்யும்.

மின்னஞ்சல்: **publisher@kalachuvadu.com**

காலச்சுவடு நாகர்கோவில் அலுவலகத்திற்குக் கடிதம் அனுப்பலாம்.

தங்கள்
எஸ்.ஆர். சுந்தரம் (கண்ணன்)
பதிப்பாளர் — நிர்வாக இயக்குநர்

Unauthorised use of the contents of this published book, whether in e-book or hardcopy format, for any type of Artificial Intelligence (AI) training — including but not limited to Machine Learning, Deep Learning, Natural Language Processing, Computer Vision, Chatbot Training, Image Recognition Systems, Recommendation Engines, and Language Models — is strictly prohibited without prior licensing from the publisher. Any such unauthorised use may result in legal action.

தொ. பரமசிவன்

மரபும் புதுமையும்

காலச்சுவடு பதிப்பகம்

மரபும் புதுமையும் ❖ கட்டுரைகள் ❖ ஆசிரியர்: தொ. பரமசிவன் ❖ © ப. இசக்கியம்மாள் ❖ முதல் பதிப்பு: ஜனவரி 2019, ஆறாம் பதிப்பு: நவம்பர் 2025 ❖ வெளியீடு: காலச்சுவடு பப்ளிகேஷன்ஸ் (பி) லிட்., 669, கே.பி. சாலை, நாகர்கோவில் 629001

marapum putumaiyum ❖ Essays ❖ Author: Tho.Paramasivan ❖ © P. Isakkiyammal ❖ Language: Tamil ❖ First Edition: January 2019, Sixth Edition: November 2025 ❖ Size: Crown ❖ Paper: 16 kg maplitho ❖ Pages: 104

Published by Kalachuvadu Publications Pvt. Ltd., 669 K.P. Road, Nagercoil 629001, India ❖ Phone: 91-4652-278525 ❖ e-mail: publications@kalachuvadu.com ❖ Printed at Mani Offset, Chennai 600077

ISBN: 978-93-88631-23-5

11/2025/S.No. 892, kcp 6109, 16 (6) urss

பொருளடக்கம்

பதிப்புரை	9
மரபும் புதுமையும்	11
தமிழ்ப் புத்தாண்டு	23
பொதியமலைப் பிறந்த மொழி வாழ்வறியும் காலம் எல்லாம்	26
வைதிகத்தின் இருண்டமுகம்	31
இராசராசனை இன்னும் கொண்டாடுவதேன்?	36
இராசராச சோழனின் ஏக ஆதிபத்தியம்	41
அன்னம் பஹு குர்வீத	47
தெய்வங்களின் உணவுரிமை	55
இராமர் பாலம்	63
சாதிய ஆய்வுகள் நேற்றும் இன்றும்	66
உலகமயமாக்கல் பின்னணியில் பண்பாடும் வாசிப்பும்	76
டங்கல் என்னும் நயவஞ்சகம்	86

பதிப்புரை

பண்பாட்டியல் ஆய்வாளர் பேராசிரியர் தொ. பரமசிவன் அவர்களின் இத்தொகுப்பில் உள்ள கட்டுரைகள் முன்பே, 'உரைகல்', 'பரண்', 'விடுபூக்கள்' ஆகிய தொகுப்புகளில் இடம் பெற்றவை. அக்கட்டுரைகளுள் அரசியல் இழையோடும் பன்னிரண்டு கட்டுரைகள் மட்டும் இத்தொகுப்பிற்காகத் தேர்ந்து கொள்ளப் பட்டுள்ளன. இவை பேராசிரியர் தொ.ப.வின் மீள் பார்வைக்குட்பட்டுச் செம்மையாக்கப் பெற்றவை.

களந்தை பீர்முகம்மதுவும் பா. மதிவாணனும் செம்மையாக்கத்தில் துணை நின்று மெய்ப்புப் பார்த்துதவினர். அவர்களுக்கு நன்றி.

மரபும் புதுமையும்

தகவல் தொடர்புச் சாதனங்களின் வீச்சுகளுக்குட்பட்ட இப்பத்தாண்டுகளில் ஒரு ஞாயிற்றுக்கிழமை மாலை சமூக மாற்றத்துக்கான கருத்துகளைப் பேச இவ்வளவு இளைஞர்களை ஒருசேரச் சந்திப்பதில் மகிழ்ச்சியடைகிறேன். நான் நகரத்தின் உட்பகுதியில் வசிக்கிறேன். ஞாயிற்றுக்கிழமை மாலை மாடியிலிருந்து பார்த்தால் குண்டு வீச்சில் காலியான நகரம் போல மதுரை இருக்கும்.

மரபு – புதுமை என்கிற இரண்டு சொற்கள் அடிக்கடி பேசப்படுகின்ற சொற்கள். இன்றைக்கு நாம் எங்கே நின்று கொண்டிருக்கிறோம்? நம்முடைய நாடு எங்கே நின்றுகொண்டிருக்கிறது? இந்த நாட்டினுடைய பெருவாரியான மக்களின் ஆசைகள் – கோபங்கள் – ஏக்கங்கள் – தாகங்கள் – நம்பிக்கைகள் – கனவுகளெல்லாம் என்னென்ன? இவை பற்றி உங்களுக்குத் திட்டவட்டமான கருத்துகள் இருக்குமென நினைக்கிறேன்.

பன்னாட்டு மூலதனமுடைய பெரிய நிறுவனங்கள் இந்தியாவுக்குள் இறங்கியிருக்கின்றன. எந்த தேசத்திலே உப்பெடுப்பதற்காக காந்தியடிகள் பெரிய போராட்டத்தை நடத்தினாரோ அந்த தேசத்தில் அதே மாநிலமாகிய குஜராத்தில் உப்பெடுத்து விற்பதற்காக கார்கில் இண்டியா என்ற வெள்ளைக்காரக் கம்பெனியைக் கூட்டி வந்தார்கள். உப்பெடுப்பதற்கு 50,000 ஏக்கர் நிலத்தைக் கொடுத்தார்கள். உப்புச் சத்தியாக்கிரகம் வரலாற்றுக் காரியமாகப் பேசப்படுகிற தேசத்தில், உப்பெடுக்க மறுபடியும் அவனைக் கூட்டிக்கொண்டு வருகிறார்கள். நாட்டின் நிலைமையைச் சொல்ல இன்றைக்கு இது ஒன்று போதும். இன்னொன்றையும் சொல்ல வேண்டும். அதே குஜராத் மாநிலத்தில் 50,000 மக்கள் திரண்டெழுந்து நிலத்தைக் கொடுக்கக் கூடாது என்று போராடினார்கள். அரசாங்கம் எல்லாவிதப் பாதுகாப்பும் கொடுத்தபிறகும் கூட, கார்கில் இண்டியா நிறுவனம் உப்பெடுக்கிற தொழிற்சாலையை நம்மால் நடத்த முடியாது என்று விட்டுவிட்டுப் போய் விட்டது; அதுவும் இன்றைய இந்தியாதான்.

மரபு என்கிற செய்தியைப் பற்றிப் பேசுவோம். மரபு என்று சொன்னவுடன் ராஜா, ராணி, கோட்டைகள், வேகமாக வந்துகொண்டிருக்கிற குதிரைகள் என்று எல்லோரும் ஏதோ ஒரு பழைய காலத்தை நினைக்கக் கூடாது. மரபு என்பது வழிவழியாக வருகிற வழக்கம். ஆனால் அது வெறும் வழக்கம் அல்ல. அது உருவாகப் பல ஆண்டுகாலம் ஆகி இருக்கின்றது. பலநூற்றாண்டு காலம் ஆகி இருக்கின்றது. மரபுகள் பேணப்பட வேண்டியன என்கிற கருத்து நம்முடைய அறிஞர்களால் ஈராயிரம் ஆண்டுகளுக்கு முன்பே வைக்கப்பட்டிருக்கிறது.

தொல்காப்பியத்தில் மரபியல் என்ற இயல் உண்டு. அதற்கு முன்னாலேயே ஆக்கப்பட்ட மரபுகள் இருக்கின்றன அல்லவா? தொல்காப்பியர் சொல்லும் மரபுக்கும் இன்றைய நம்முடைய வாழ்க்கைக்கும் சம்பந்தம் இருக்கிறதா?

இருக்க முடியும் என்று நம்புகிறீர்களா? இன்றைக்கும் கன்றுக்குட்டி என்று சொல்கிறோம். கீரிக்குட்டி என்று சொல்வதில்லை. கீரிப்பிள்ளை என்று சொல்கிறோம். அணில் பிள்ளை, தென்னம்பிள்ளை என்று சொல்கிறோம். இது ஒரு சொல் மரபு; இவ்வகையான சொல்மரபு உட்பட பல மரபுகளை அவர் பதிந்துவைக்கிறார் அவ்வளவுதான். அந்தக் காலத்திலே நாம் நின்று கொண்டிருக்கிறோம் என்பதோ அவர் சொன்ன மரபுகளை அப்படியே பின்பற்ற வேண்டுமென்பதோ நம்முடைய நோக்கமல்ல. அணிலுடைய குஞ்சை அல்லது குட்டியை, கீரியினுடைய குட்டியை அல்லது குஞ்சை, 'பிள்ளை' என்று சொல்வது மரபு; சொல் மரபு. தொல்காப்பியத்தை நம் வாத்திமார்கள் படித்ததில்லை; ஆனால் 'பிள்ளை' என்று சொல்கிறார்கள். இப்படி ஒவ்வோர் அசைவினிலும் மரபு வெளிப்படுகிறது.

விருந்தாளி வந்தால் இப்படிச் செய்வது நம் மரபு என்று குழந்தைக்குச் சொல்லிக் கொடுக்கிறோம். பரிமாறுவதற்கு கூட மரபு இருக்கிறது. முதலில் உப்பை வைக்கவா வற்றலை வைக்கவா என்று? தென்கலை வைணவர்களில் ஒரு பிரிவு உண்டு. அவர்களின் பிரிவுக்கான காரணம் கேட்டால் இதையும் ஒரு காரணமாகச் சொல்வார்கள். தத்துவார்த்த ரீதியாகப் பல காரணங்கள் இருந்தாலும் சாப்பிடும் போது பிறர் உப்பை முதலில் வைப்பார்கள்; நாங்கள் வைக்க மாட்டோம் என்பார்கள்.

சொல் மரபு; இலக்கண மரபு; கவிதை மரபு வாழ்க்கையின் ஒவ்வொரு கட்டத்திலும் ஒவ்வொரு சமூக உறவிலும் ஒவ்வொரு தனி மனித உறவிலும் விளைகின்ற மரபுகள் – பேணப்படுகின்ற மரபுகள் என நிறைய உண்டு. நாம் அமெரிக்கச் சமுதாயம் அல்ல. முந்நூறு, நானூறு ஆண்டுகளுக்குள்ளாகப் பத்துப் பேர் ஒன்று கூடி வாழும் சமூகம் அல்ல. நாம் நெடுங்காலமாக நம் மண்ணிலே ஒரு பண்பாட்டைத் தோற்றுவித்தோம். அது எல்லா நிலைகளிலும் வெளிப்பட்டுக்கொண்டிருக்கிறது. உணவிலே

உடையிலே பேசுகிற முறையிலே மரபுண்டு. இன்னார் இன்னாரிடத்திலே இப்படிப் பேச வேண்டுமென்று ஒருசில மரபுகள் இருக்கின்றன; பொருளாதார மரபுகளுண்டு; கல்வி மரபுகளுண்டு; எல்லாத்துறைகளிலும் – மனித அசைவுகள் எங்கெங்கு உண்டோ அங்கெல்லாம் மரபுகளுண்டு, சின்ன அசைவுகள் முதற்கொண்டு.

சாதாரணமாக என் வீட்டில் வேட்டியை – கைலியை மடித்துக் கட்டிக்கொண்டிருக்கிறேன். சகோதரி ஏதோவொன்று என்னிடம் கேட்க வருகிறார். அவர்கள் என்னை நெருங்கும்போது மடித்துக் கட்டிய கைலியை இறக்கிவிட்டுவிட்டேன். இது மரபு. வெறும் உடலசைவு அல்ல. இழக்கக் கூடாத மரபுகளை இழந்து தொலைத்திருக் கிறோம். இழக்க வேண்டிய மரபுகளைக் கட்டி அழுகிறோம்.

புதுமை என்றால் என்ன?

மரபும் புதுமையும் என்கிற இதே தலைப்பில் நண்பர் சிற்பி அவர்களின் கவிதைக்கு விளக்கம் எழுதினேன். கொஞ்சம் மறுத்தும் எழுதினேன். அவர் சொல்கிறார் மரபு பட்டை உரித்துக்கொண்டு புதுமை தருவது. பட்டையை உரித்துக்கொள்வது வெறுமனே காலம்சார்ந்த பரிமாணம் மட்டும்தான். பாம்புக்கு ஆண்டுகள் ஆயின என்று அர்த்தம். காலம் என்கிற பரிமாணம் ஒரு பொருளின் மீது வினைப்படுவதால் மட்டும் புதுமை நிகழ்ந்துவிடாது. அதற்கப்பாலும் புதுமை உண்டு.

ஆயிரமாண்டுகள் என்று ஆலமரத்தைச் சொன்னால் எப்போது அது புது மரம்? எப்போது வாழுகின்றது? பாரம்பரியமான தன்னுடைய பழைய மரபணுக்களை அது நிறைய நிராகரிக்கலாம். ஒட்டுமொத்தமாக அல்ல. பாரம்பரியமான வாழ்க்கை முறையை நிராகரித்துவிட்டு அதைப் புதிது பண்ணுவதல்ல. சுவரை வெள்ளையடித்துக் கொத்திப் பூசி, புதிது செய்வது போலல்ல. பழைய சமூக அமைப்பினுடைய ஏதேனும் ஓர் உறுப்பை, ஏதேனும்

ஒரு நிறுவனத்தை, ஏதேனும் ஒரு கருத்தை முற்றிலும் நிராகரித்துவிட்டுப் புதியது ஒன்றைக் கட்டியெழுப்புவது சிக்கல். ஒன்றை 'எவல்யூசன்' என்பார்கள்; இன்னொன்றை ரெவல்யூசன் என்பார்கள். இரண்டுக்குமிடையே காலப் பரிமாணம் என்று சொல்லுவார்கள். புரட்சிக்குப் பின்னால் நடந்த விளைவுகளைக் கணக்கிட்டுப் பார்த்துச் சில மரபுகளை நாம் தவறவிட்டுவிட்டோம் என்று சொன்னார்கள்.

உளவுத்துறையிலே ஒரு மரபுண்டு. எனது நண்பர் ஒருவர் நெடுங்காலம் சோவியத் ரஷ்யாவில் இருந்தார். சுற்றுலா போய்த் திரும்பியவர் அல்ல; கணிசமான காலம் வாழ்ந்தவர். அவர் சொன்னார், "இந்தியாவில் இருந்து ஏற்றுமதி செய்யப்படுவதில் பழங்கள் அதிகம் உண்டு. புளிப்புள்ள பழங்கள் நம்முடைய பகுதியில் பூமத்திய ரேகை அருகேதான் அதிகம் விளையும். நம்நாட்டில் வாழைப்பழம் விலை ஏறியதற்கு அது ஏற்றுமதியாவது ஒரு காரணம். இன்னும் இங்கே அறுபது லட்சம் கால்நடைகள் இருக்கின்றன என்றாலும், நல்ல தோலில் செய்த காலணி நமக்குக் கட்டுப்படியாவதில்லை. காரணம் நிறைய தோல் ஏற்றுமதி. அதைப்போல வாழைப்பழம் நிறைய ஏற்றுமதியாகிறது. அதை வாங்க ஒரு கிலோமீட்டர் கூட சோவியத் ரஷ்யாவில் மக்கள் நீண்ட வரிசையில் நிற்பார்கள்". நான் ஏன் என்று கேட்டேன். நண்பர் சொன்னார். "புளிப்பும், இனிப்புமான பழங்கள் ஓரளவுக்கு அங்கும் உற்பத்தியாகின்றன. அது கிட்டத்தட்ட நின்றுபோய்விட்டது. ஏனென்றால் பனிப்பகுதியில் புதர்ச் செடிகளில் விளைகிற பழங்கள்தான் உண்டு. புரட்சிக்குப் பின்னாலே கூட்டுப் பண்ணை வருகிறபோது ஒரு பெரிய நிலமாக ஆக்குகையில் வரப்புகளெல்லாம் அழிந்துவிட்டன. வரப்புகள் அழிந்துபோனதால் வரப்புகளில் நின்ற புதர்ச்செடிப் பழங்களும் அழிந்துபோய்விட்டன. கூட்டுப்பண்ணையின் பின்விளைவுகளில் இது ஒன்று. ஆக பழ உற்பத்தி அங்கு குறைந்துவிட்டது."

மரபு என்பதைப் பொருளாதாரம் – சமூகம் சார்ந்து பேசாமல் பண்பாடு சார்ந்த ஒன்றாக நான் பேச விரும்புகிறேன். சங்ககாலப் பாடல் ஒன்று; வயலிலே நெல் அறுத்திருக்கிறார்கள். பயிர்களின் அடித்தாள் இன்னும் இருக்கின்றது. வயலில் ஈரம் இருக்கிறது. அதை உழுது விட்டுப் போகும்போது பின்னால் விதைத்துக் கொண்டு வருவார்கள். உழுது விதைக்கும் இடைவெளியில் வயல்மீன் பிடிக்கிறார்கள்.

தாமிரவருணிப் பாசன வயல்களில் மீன் உண்டு. நான் சிறுவனாக இருந்தபோது மீன் பிடித்திருக்கிறேன். உண்ண மாட்டேன். எனது வீட்டில் உண்ணுவார்கள்.பெரும்பாலும் வயலில் விளைவது உழுவை மீன்கள்தான். வயலில் விளையும் அல்லது கலிக்கும் என்று சொல்லுவார்கள். *culture* என்பதற்குச் சரியான தமிழ்ச்சொல் கலிப்பு என்பது. கலித்தல் – பெருகுதல்

> அரிகால் மாறிய அங்கண் அகல்வயல்
> மறுகால் உழுத ஈரச் செறுவின்
> வித்தொடு சென்ற வட்டி பற்பல
> மீனொடு பெயரும் யாணர் ஊர

ஒரு வயலில் ஒரு பயிர் அறுத்தாயிற்று. ஒரு பயிர் விளையப் போகிறது. இரண்டுக்கும் நடுவில் மீன் விளைகிறது. உற்பத்தி சார்ந்த கலாச்சாரம் இதில் வெளிப்படுகிறது. என்றைக்கு யூரியாவும் காம்போசும் வயலில் இறங்கியதோ அன்றே மீன்போச்சு. நெல் உற்பத்தி கூடிவிட்டது. மீன் உற்பத்தி குறைந்துவிட்டது. வயல் உழுவை அழிந்தது தெரியாமல் போய்விட்டது. வயல் உழுவை என்றால் யாருக்கும் தெரியாது; பொருள் அழிகிறது; செயல் அழிகிறது; சிந்தனை அழிகிறது. ஒரு மரபின் பின்விளைவைக் கவனிக்காமல் முரட்டுத்தனமாக அழிக்கும்போது அது எதுவரைக்கும் பாதிக்கிறது?

'அக்கானி' என்று ஒன்று உண்டு. நெல்லுக்கு மாற்றாகத் தருவார்கள். அவ்வளவும் குளுக்கோஸ். நானும் என்

தந்தையும் அவர் தந்தையும் அருந்தியது. என் மகனுக்குக் கிடைக்கவில்லை. சீனி அதிகமாக, காப்பி என்ற பானத்தின் நுகர்வு அதிகமாக அதிகமாக, கரும்பு உற்பத்தி அதிகமாக 'அக்கானி' என்ற பொருள் அழிந்தது. சொல், பொருள், ஓர் அனுபவம் ஆகியனஅழிந்தன. அடுத்த தலைமுறைக்கு அக்கானி காய்ச்சத் தெரியாது.

சோழர் காலத்தில் நிலத்திற்கு ஒரு வரி போடுகிறான். பயிருக்கு ஒரு வரி, ஊடு பயிருக்கு ஒரு வரி, வேலிப் பயிருக்கு ஒரு வரி, வரப்புப் பயிருக்கு ஒரு வரி என்று போடுகிறான். ஒரு நிலம், நாலு வகையான வரி. என்ன கொடுமையான ஆட்சி – ஒரு புறம், இன்னொரு புறம் ஒரு நிலத்தில் ஒரே நேரத்தில் நாலு பொருள்கள் விளைந்தன என்பது. நஞ்சை நிலத்து வயல் வரப்பில் மருந்துச் செடிகளைப் பயிரிடும் மரபு நமக்கு இருந்தது. 'செங்கொடுவேரி' என்ற மருந்துப்பயிர். அதற்கு வரி போட்டிருக்கிறான்.

சயின்ஸ் அண்ட் டெக்னாலஜி என்று சொல்வார்கள் சயின்ஸ் என்றால் என்ன, டெக்னாலஜி என்றால் என்ன? விஞ்ஞானத் தொழில் நுட்பம் அவ்வளவுதான். ஆர்க்கிமிடிஸ் மிதத்தல் விதியைக் கண்டுபிடிக்கும் முன்பே மனிதன் படகைக் கண்டுபிடித்துவிட்டான். ரோமானியக் கலங்கள் பூம்புகார் துறைமுகத்தில் வந்து நின்றாயிற்று. அது டெக்னாலஜி. மிதத்தல் விதியைக் கண்டுபிடித்தது சயின்ஸ். பாரம்பரியமான அறிவுத் தொகுதி முழுக்கவும் தொழில்நுட்ப ரீதியாக அமைந்தது. அதனால் காலிலே புண்ணானதும், மருந்தை அரைத்துக் கட்டினால் அம்மருந்து பயனளிக்காமல் போவதில்லை. பக்க விளைவுகளையும் ண்டாக்காது. ஏனென்றால் அது பல்லாயிரக்கணக்கான முறை சோதனை செய்யப்பட்டது. ஆனால் விஞ்ஞானக் கோட்பாடுகள் அடுத்த ஐந்தாண்டில் மற்றொரு விஞ்ஞானியால் நிராகரிக்கப்படுகின்றன. கடந்த நூற்றாண்டின் பிற்பகுதியில் இந்தவிஞ்ஞானத்தை நம்

தலையில் கட்டினான். என்ன நடந்தது? ஏன் எதற்கு எனக் கேள்வியில்லாமல் பாரம்பரிய மரபுகள் எல்லாவற்றையும் நிராகரித்தோம். பண்பாட்டின் சல்லிவேர்கள் அறுந்துபோயின. அறுந்துபோகப்போக வேரிலே சிக்கல் ஏற்பட்டது. வேரில் புழு தாக்கினால் அது கொழுந்தில் தெரியும். வேரிலே வெக்கை கட்டியதால் மேலேயிருக்கும் முடி வாடுகிறது. நம்முடைய குழந்தைகளிடத்தில், இளைஞர்களிடத்தில், இளம் பெண்களிடத்திலே மாறுதல் ஏற்படுகிறது. பதினைந்து நாட்களுக்கு ஒருமுறை வெவ்வேறு பிராண்ட் சோப்பை மாற்றச் சொல்கிறார்கள். வெவ்வேறு பிராண்ட் என்றாலும் கூட்டிக்கழித்துப் பார்த்தால் இந்துஸ்தான் லீவர், கோத்ரேஜ் அண்ட் பாயிஸ் என எல்லாம் ஒரே பிராண்டிலிருந்து வருவனவாயிருக்கும்.

நான் நாகர்கோவில் கலை இலக்கியப் பெருமன்ற நிகழ்வில் பேசியது எழுத்தாளர் பொன்னீலனுக்கு மிகவும் பிடித்துவிட்டது. எனது சின்ன மகள் 'பரணிபட்டு சென்டர் ஆகா பரணிபட்டு சென்டர்', என்று பாட்டுப் பாடியது. இது தொலைக்காட்சியில் வருவது. பாட்டுப் பாட வேண்டுமென்ற ஆசை இயல்பானது; சரியானது. பாட்டுப் பாடிக் கொண்டே நடந்துபோவார்கள் ஆனால் பாட்டின் பொருள்? குழந்தைக்கு இசைப் பசி உள்ளது. மனிதனைப் போல மற்ற பாலூட்டிகளுக்கும் இசைக்கு மயங்கும் தன்மை உள்ளது. ஆனால் குழந்தை இந்தப்பாடலைப் பாடியது கொழுந்து வாடுவதற்கான அடையாளமாகும்.

உணவு, உடை என்று உற்பத்திக் கலாச்சாரத்தோடு தொடர்புடைய மரபுகளை நாம் கைகழுவியிருக்கிறோம். உடை ஒரு தேசத்தினுடைய பருவகாலச் சூழலுக்கு ஏற்ப பரிணமித்துள்ளது. இறுகக் கட்டிய வேட்டி நமக்கு வேண்டாம் என்று வைத்துக்கொண்டால் முழுக்கால் சட்டை சித்திரை வெயிலில் எப்படி வந்தது? தென் அமெரிக்க நாடுகளில் அரைக்கால் சட்டை கலாச்சாரமாக இருக்கும்போது, இங்கு அது கலாச்சாரம் ஆகாமல் தடுக்கப்படுகிறது. முழுக்கால் சட்டை அரைக்கால் ஆனால்

கோடிகோடியாக லாபம் குறைந்துபோகும். எப்படி நல்ல புத்தகம், நல்ல சினிமா உங்கள் கண்ணுக்குக் கிடைக்காமல் பார்த்துக் கொள்கிறார்களோ அப்படி. 'அக்ரகாரத்தில் கழுதை', 'மோகமுள்', 'பதேர் பாஞ்சாலி' படங்களை மதுரையில் போட தியேட்டர் தரமாட்டார்கள் என்பதே உண்மை. ஊருக்கு வெளியே ஜெயராஜ் தியேட்டர்தான் கிடைக்கும். இப்படி பத்துப் படங்கள் பார்த்தால் உங்கள் சுவை மாறிவிடும்; லாப நோக்கமுடைய வணிக சினிமா படுத்துவிடும். இதுவே எல்லாத் துறைகளிலும் நடக்கிறது.

உற்பத்திக் கலாச்சாரத்திலிருந்து அந்நியப் பட்டுக் கொண்டே போகிறோம். எனது அம்மாவுக்கு ஐம்பது வகையான உணவுகள் சமைக்கத் தெரியுமென்றால் என் மனைவிக்கு நாற்பது, முப்பதுதான் தெரியும். ஊறுகாயும் வற்றலும் வெப்ப மண்டலத்துக்கான மழைநேர உணவுகள். வெய்யில் காலத்தில் மருந்தாகும் உணவுகள், எந்த நாட்டை எடுத்தாலும் மருந்துக்கும் உணவுக்கும் வித்தியாசம் இருக்காது. ஐரோப்பிய விஞ்ஞானம் மருந்து வேறு, உணவு வேறு என்று கற்றுத் தந்தது; அதைப் பிடித்துத் தொங்குகிறோம். குழந்தை மருத்துவத்தில் மட்டும் கொஞ்சம் மருந்தும் உணவும் பேசப்படுகிறது. நாட்டு வைத்தியரிடத்தில் பத்தியம் உண்டு. ஆங்கில மருத்துவரிடம் கிடையாது. மூன்றாம் உலக நாடுகளைக் கொள்ளை அடிக்க மருந்து வேறு... உணவு வேறு..!

மருந்து உற்பத்தி மரபிலிருந்து அந்நியப்பட்டோம். நான் பிறந்தபோதுகூட கோரோசனை எல்லாம் கொடுத்திருக்கிறார்கள். கிராமங்களில் எல்லா வீடுகளிலும் கோரோசனை இருக்கும். சின்ன சிவப்பு உருண்டை. முப்பது ஆண்டுகளுக்குள்ளாக அது காணாமல் போய்விட்டது. பன்னாட்டு மூலதனக் கம்பெனிகள் இந்தியாவுக்குள் அவ்வளவு மருந்துகளை இறக்குமதி செய்துள்ளன. எந்தக் காற்று வீட்டுக்குள் நுழைகிறதென்று உங்களுக்குத் தெரிவதில்லை. சிறுநீரகத்துக்குப் பக்கத்தில் மாடும் பசுவும்

அதிகமான சத்துக்களைச் சேர்த்துவைத்துக்கொள்ளும். பசுவினுடைய அட்ரினல் சுரப்பியை எடுத்து மருந்து கலந்து குழந்தைக்குக் கொடுப்பார்கள். பசுவினை அறுத்துப் பார்த்தபோது என்னது இது என்று எடுத்து வைத்திருந்து அதை மருந்து என்று கொடுத்தார்கள். பல நூற்றாண்டுகால மரபில் பசுவின் 'அடினைல் கிளாண்டை' மருந்தாக மனிதன் கண்டுபிடித்தான்; அதற்குக் 'கோரோசனை' என்றுபெயர்.

பாட்டியிடம் இருந்த மருத்துவ அறிவுத் தொகுதி உங்களது சகோதரிக்கு இருக்கிறதா? குழந்தைக்குக் காய்ச்சல் என்றால் மெட்டாசின் வாங்கிவா என்கிறோம். டோலாபார் – அனசின் – என்று பெயர் தெரியும்; அதனுள் இருக்கிற ரசாயனம் தெரியாது. நுகரும் பொருளின் உற்பத்தி ஞானத்தோடுதான் தொழில்நுட்பம் வளர வேண்டும். உங்கள் சகோதரிக்கு நெல்லிக்காய் ஊறுகாய் போடத் தெரியாததற்கு எங்கோ இருக்கிற இம்பிரியலிசத்தின் கை காரணமாக இருக்கிறது. ஏகாதிபத்தியம் உங்கள் வீட்டு ஊறுகாய்ப் பானையை உடைக்கிறது. உற்பத்தி அறிவைப் பிடுங்கிக் கொள்கிறது. நீ 'ருசி' வாங்கு அல்லது 'கம்பெனி ஊறுகாய்' வாங்கு என்று உன்னிடம் சொல்கிறது. இந்த உணர்வுகளோடு மரபுகளைப் பற்றி விஞ்ஞானத்தைப் பற்றிச் சிந்திக்க வேண்டும். மரபைப் பற்றித் தெரியாதவர்கள் உண்மையைப் பற்றிப் பேசக்கூடாது. மரபுகளை உணர்க. கடவுள் உட்பட எல்லாவற்றையும் நிராகரிப்போம்; அறிந்து நிராகரிப்போம்; உணர்ந்து நிராகரிப்போம்; இன்றையக் கல்வி முறை மரபை அறியவிடாமல் உங்களைப் பார்த்துக் கொள்கிறது.

நான்கு ஆண்டுகளுக்கு முன்பு திருச்சி பாரதிதாசன் பல்கலைக்கழகத்தில் கெமிஸ்ட்ரி படிக்கிறவனுக்குச் சங்க இலக்கியம் எதற்கு என்று, அகநானூறு – புறநானூறு தெரியக்கூடாதென்று பாடத்தைக் குறைத்தார்கள். உயர்நிலைப் பள்ளியில் படிக்க முடியாத பாடல் அது. அதைப்படிக்கச் சரியான வயது இதுதான்.

சிந்தனையாளர்களின் கடும் எதிர்ப்புக்குப் பிறகு மீண்டும் சேர்த்தார்கள். மரபை நீங்கள் தெரிந்துகொள்ளக் கூடாது. ஏனென்றால் உங்கள் மீது படரக்கூடிய ஏகாதிபத்தியம் தனக்கென ஒரு மரபு இல்லாதது.

நேற்றின் அனுபவங்களை நிராகரித்தவனுக்கு நாளை என்பது கிடையாது. மரபை உணர்க. எல்லா மரபையும் உடைத்துவிட்டுக் கவிதை எழுதுக. ஆத்மாநாம் மாதிரி எழுதினாலும் சரி.. வைரமுத்து மாதிரி எழுதினாலும் சரி. ஆனால் யாப்பிலக்கணத்தைத் தெரிந்துகொண்டு நிராகரியுங்கள்.

தேவையும் அனுபவமும் அடுத்த கட்டச் சிந்தனைக்கு உங்களைக் கொண்டுபோகும். என் தகப்பனுக்கு மண்ணெண்ணெய் விளக்கு போதும். எனக்குப் போதாது. வெளிச்சம் வேண்டும்; காற்று வேண்டும். இருட்டும் திருட்டும் பயமும் இருந்த காலத்தில் சிறிய சன்னல் இருந்தது. இப்போது போதாது; உடைத்துப் பெரிய சன்னல் கட்ட வேண்டும்.

சீர்திருத்தம் என்பது மரபை மீறிய புதுமை. ஊறிப்போன விசயத்தை முதலில் உடைத்தது சித்தர்களின் கலகமரபும் ராமானுஜர் மரபும். ராமானுஜர் மரபு மென்மையானது. ஆனால் ஆழமான வேர்களைக் கொண்டது. இவர்கள் இரண்டு பேரும் பெற்ற வெற்றி சிறியது. ஆனால் வரலாற்றில் அவற்றின் பாதிப்பு இருந்தது. மறு நூற்றாண்டிலே நம் மரபிலே ஒரு விபத்து நேரிட்டது. மாலிக்காபூர் வடக்கே இருந்து படையோடு வந்துவிட்டான். சிறிய குடிசையில் தீவிபத்து என்றால் தெருவின் மனநிலையே மாறிவிடும். யார் வீட்டிற்குள்ளும் யாரும் புகுந்து தண்ணீர் எடுப்பர். அதுபோல மாலிக்காபூர் வந்ததும் சித்தர்களின் கலக மரபு விரிவடையாமல் நின்றுவிட்டது. அந்த நெருப்பின் மீது இந்த நெருப்பு தண்ணீராக வந்து விழுந்தது.

திட்டமிட்ட தீர்க்கமான மரபுகளை நிராகரிப்பதில் வெற்றியினைப் பெற்றவர் தந்தை பெரியார் ஒருவர்தான்.

நிராகரிக்கப்பட வேண்டிய மரபுகளை நிராகரிப்பதில் பெரிய வெற்றியைப் பெரியார் பெற்றார். 'பிரசன்ஸ் ஆப் திங்ஸ்' என்பது போல 'ஆப்சன்ஸ் ஆப் திங்ஸ்' என்பதையும் பார்க்க வேண்டும். உண்மையைப்போல இன்மையும் ஆய்வுக்குரிய விசயம். சிறுபான்மை மக்களுக்குப் பெரியாரின் அருமை அவரின் இறப்புக்குப் பின்னர்தான் தெரிந்தது. பெரியார் இருந்தபோது அவரின் பணிகளின் வீச்சினை உணரவில்லை. அவர் இறந்த பிறகுதான் தமிழ்நாட்டில் சிறுபான்மையினர் தமக்கு ஏற்பட்ட உணர்வு நெருக்கடிகளின் மூலம் இவ்வளவு காலம் தம்மைக் காப்பாற்றியது அரசியல் சட்டம் அல்ல, பெரியாரும் அவரது சிந்தனைகளும்தான் என்பதை உணர்ந்தார்கள். சித்தர்களில் சிலர்தான் கடவுளை நிராகரித்தார்கள். ராமானுஜர் கடவுளை நிராகரிக்கவில்லை. பெரியார் ஒருவரே விஞ்ஞானப்பூர்வமாக துணிச்சலாகக் கடவுளை நிராகரித்தார்.

வைணவமாகட்டும் சைவமாகட்டும் ஏன், மார்க்ஸே ஆகட்டும். முதலில் எதிரியின் கருத்தை மறுத்தல், பிறகு தன் கருத்தை நிறுவுதல் – பிறர் மதம் மறுத்தல், தன் மதம் நிறுவுதல் இதுதான் முறையியல். தமிழ்ச் சிந்தனை மரபு இது. நம்முடைய மரபுகள் முற்றாகச் செத்துப் போய்விடவில்லை; தினம் தினம் அவை சாகடிக்கப்படுகின்றன என்பதே உண்மை.

எழுத்து வடிவம்: வே. சங்கர்ராம்
(1995ஆம் ஆண்டு மதுரை அறிவுச்சுடர்
நடுவத்தில் ஆற்றிய உரை)

தமிழ்ப் புத்தாண்டு

"தமிழகத்தில் கொண்டாடப்படும் வேறெந்தப் பண்டிகையையும் விட பொங்கலுக்குச் சிறப்பான தனித்துவம் உண்டு. இரண்டு அம்சங்களில் பொங்கல் மற்ற பண்டிகைகளிலிருந்து வேறுபடுகிறது. முதலாவதாக இது ஒரு தேசிய இனத் திருவிழா. சாதி, சமயங்களுக்குள் மற்ற பண்டிகைகள் சிறைப்பட்டுக் கிடக்க, பொங்கல் மட்டும் ஓர் இனத்திருவிழாவாகக் கொண்டாடப் படுகிறது. இரண்டாவதாக பொங்கல் என்பது தீட்டு அணுகாத திருவிழா. பொங்கலுக்குப் பிறப்பு, இறப்புத் தீட்டுக்கள் கிடையாது. ஒருவேளை பொங்கலன்று காலையில் ஏதேனும் அசம்பாவிதங்கள் நிகழ்ந்தாலும் மிக விரைவாகச் சடங்குகளை முடித்துவிட்டு, வீட்டைப் பூசி மெழுகிப் பொங்கல் கொண்டாடும் பழக்கம் இன்றும் நெல்லை மாவட்டத்தில் உள்ளது.

சேனை, சேம்பு, கருணை, சிறுகிழங்கு, பனங்கிழங்கு ஆகிய மண்ணுக்கு அடியில் விளையக்கூடிய கிழங்கு வகைகள்

பொங்கலுக்குப் படைக்கப்படுபவை. இவை உயர் சாதியினர் எனச் சொல்லப்படுபவர்களால் விலக்கப்பட்டவை. இன்றும் இவை பெருங்கோயில்களில் பயன்படுத்தப்படவில்லை என்பதை நாம் கவனத்தில் கொள்ள வேண்டும். இதுவே பொங்கல் எளிய மக்களின் இனிய கொண்டாட்டம் என்பதற்குச் சாட்சி.

தைப்பொங்கலை அடுத்துத் தென்மாவட்டங்களில் கொண்டாடப்படும் திருவிழா 'சிறுவீட்டுப் பொங்கல்.' மார்கழி மாதம் முப்பது நாட்களும் அதிகாலையில் வாசல் தெளித்துக் கோலமிட்டு, சாணத்தில் பூச் சொருகிவைக்கும் பழக்கம் உண்டு. பீர்க்கு, பூசணி, செம்பருத்தி ஆகிய பூக்களே சாணத்தில் செருகப்படும். மாலையில் வாடிவிடும் இந்தப் பூக்களைச் சாணத்துடன் சேர்த்துக் காயவைத்து விடுவார்கள். பொங்கல் முடிந்து 8 – 15 நாட்கள் கழித்து சிறுவீட்டுப்பொங்கல் கொண்டாடப்படும். பெண் பிள்ளைகளுக்காகவே வீட்டுக்குள் களிமண்ணாலான சிறு வீடு கட்டப்படும். பொங்கலன்று சிறுவீட்டு வாசலில் பொங்கலிடப்படும். பிறகு பொங்கலையும் பூக்களால் ஆன எருத்தட்டுக்களையும் பெண்கள் ஆற்றில் விடுவர்.

'மார்கழித்திங்கள் மதிநிறைந்த நன்னாளால் நீராடப் போதுவீர், போதுமினோ நேரிழையீர்' என்னும் திருப்பாவைப் பாடல் பலரும் அறிந்ததாகும். ஆனால் சங்க இலக்கியங்களில் தை நீராடல் குறித்தும் குறிப்பிடப்படுகிறது. 'தாயருகே நின்று தவத் தைந்நீராடுதல் நீயறிதி வையை நதி' என்கிறது பரிபாடல். இங்கே நாம் கவனத்தில் எடுத்துக்கொள்ள வேண்டியது, ஆண்டாள் தன் திருப்பாவையில் மார்கழி முதல்நாளைக் குறிப்பிடவில்லை. மதிநிறைந்த நன்னாள் என்றுதான் குறிப்பிடுகிறார்; மதிநிறைந்த நன்னாள் என்பது பௌர்ணமி.

எனவே திருப்பாவை நோன்பு மார்கழிப் பௌர்ணமி யில் தொடங்கித் தை மாதம் பௌர்ணமியில் முடிகிறது. தைப்பூசம் என்பது தைப்பௌர்ணமி. தமிழ் மாதங்கள்

தொ. பரமசிவன்

அனைத்தும் பௌர்ணமியிலிருந்தே தொடங்குகின்றன. எனவே தைப்பூசம் என்பதுதான் தமிழ்ப் புத்தாண்டு. மார்கழி நீராடலில் தொடங்கும் திருப்பாவை நோன்பு தை நீராடலில் முடிகிறது. இந்தக் காலகட்டம்தான் சிறுவீட்டுப் பொங்கல் கொண்டாடப்படும் காலகட்டம்.

தமிழ்ப்புத்தாண்டு பற்றிப் பேசுகிற இருதரப்பாரும் இந்த விஷயத்தைக் கணக்கில் எடுத்துக்கொள்வதில்லை. நமது பண்பாடு குறித்த தெளிவுடன்தான் நாம் தமிழ்ப் புத்தாண்டு குறித்த விஷயத்தை அணுக வேண்டும்.

உழைக்கும் மக்கள், வீட்டுப் பெண்களின் நம்பிக்கைகள் சார்ந்து கொண்டாடப்படும் இந்தத் திருவிழாக்கள் தமிழர்களின் நன்றி உணர்வை வலியுறுத்துபவை. வெப்பமண்டல நாடுகளில் அறுவடைத் திருநாட்கள் வெவ்வேறு பெயர்களில் கொண்டாடப்படுகின்றன. மற்ற பண்டிகைகளில் நாம் பிரார்த்தனைகளை முன்வைக்கிறோம். வேண்டுதல்களையும் கோரிக்கைகளையும் முன் வைக்கிறோம். ஆனால் அதற்கு மாறாக, பொங்கலில் நமது வாழ்க்கைக்கு அடிப்படையான உழவர்களுக்கும் சூரியனுக்கும் மாடுகளுக்கும் நன்றி செலுத்துகிறோம். இப்படிப் பல்வேறு அம்சங்களில் மாறுபட்டு விளங்குகிற பொங்கலைக் கொண்டாட வேண்டியது ஒவ்வொரு தமிழரின் கடமை.

பொதியமலைப் பிறந்த மொழி வாழ்வறியும் காலம் எல்லாம்

உத்தமதானபுரம் வேங்கட சாமிநாதையர் எனும் உ.வே.சா. இருபதாம் நூற்றாண்டுத் தமிழர்களால் நன்றியுணர்வுடன் நினைக்கப்படும் ஆளுமையாகும். பத்தொன்பதாம் நூற்றாண்டின் இறுதிப் பகுதியில் தொடங்கிய அவரது அறுபது ஆண்டு காலப் பேருழைப்பு தமிழர்களின் இலக்கியப் பெரும் புதையலைக் கண்டெடுத்துக்கொண்டு வந்தது. உலக நாகரிகத்திற்குத் தமிழர்களின் பங்களிப்பான சங்க இலக்கியங்களைத் தேடிக் கண்டெடுத்து அச்சிட்டு வெளிப்படுத்தியது அவர் தமிழ்ச் சமூகத்திற்கு செய்த மிகப்பெரிய தொண்டாகும். எண்பத்தேழு வயது வரையிலான அவரது முழு வாழ்க்கையும் இப்பெரும் பணிக்கென நேர்ந்துவிடப்பட்டது போலவே அமைந்திருந்தது.

பத்துப்பாட்டு, எட்டுத்தொகை எனும் இரு பெரும் இலக்கியத் தொகுதிகளை அவர்

தொ. பரமசிவன்

தேடி நடந்த காலத்தில் தமிழ்நாட்டில் மின்சாரம் கிடையாது; பேருந்து வசதிகள் கிடையாது; உணவகங்களோ தங்கும் விடுதிகளோ கிடையாது; ஒன்றிரண்டு தொடர்வண்டித் தடங்கள் மட்டுமே இருந்தன. அவரது பயணத்தின் பெரும் பகுதி மாட்டுவண்டிகளில் கழிந்தது.

பத்துப்பாட்டு, எட்டுத்தொகை மட்டுமன்றித் தமிழரின் பெருஞ்செல்வங்களான சிந்தாமணி, மணிமேகலை, சிலப்பதிகாரம் ஆகியவற்றையும் அவரே உரையுடன் அச்சிட்டு வெளிக்கொணர்ந்தார். ஐயர் அவர்களின் திருநெல்வேலிப் பயணங்கள் அவரது வாழ்வில் குறிப்பிடத் தகுந்தவை. இச்சிறு வெளியீடு வாசிப்பவர்களுக்கு இதனை நன்கு உணர்த்தும். இதற்கான பின்புலத்தை நாம் விளங்கிக்கொள்வது அவசியம். ஐயரவர்கள் பெற்ற பெரும்பேறு. அவரது பதினாறாவது வயதில் அவரது தந்தையார் அவரைத் திருசிரபுரம் மகாவித்துவான் மீனாட்சிசுந்தரம் பிள்ளையிடம் தமிழ் பயில மாணவனாகச் சேர்த்துவிட்டதுதான். பிராமணர்களாகப் பிறந்தவர்கள் தமிழிலக்கியக் கல்வியை விரும்பாத காலம் அது. அவருக்குக் கிடைத்த மற்றொரு வாய்ப்பு தன் ஆசிரியர் வழியாக திருவாவடுதுறை மடத்தோடு கிடைத்த தொடர்பாகும். திருவாவடுதுறை மடத்துத் தலைவர்கள் அக்காலத்தில் தமிழிலக்கியத்தில் மிகுந்த பயிற்சியுடையவர்களாக இருந்தனர். சைவர்களுக்கான மடம் என்றாலும் அம்மடத்தில் பெரும்பாலும் திருநெல்வேலிச் சைவ வேளாளர்களே மடாதிபதிகளாகவும் தம்பிரான்களாகவும் பொறுப்பேற்று இருந்தார்கள்.

காலனிய ஆட்சிக் காலத்தில் தமிழகத்தில் பெருமளவு கல்வியறிவு பெற்றவர்களாகவும் அவர்களே இருந்தார்கள். அவர்கள் தம் வீடுகளில் நிறைய ஏடுகளைச் சேர்த்து வைத்திருந்தார்கள். இலக்கியப் பயிற்சியும் ஏடு சேகரிப்பும் கொண்டவர்கள் 'பிள்ளை' என்ற தங்களின் சாதிப் பட்டத்திற்குப் பதிலாக 'கவிராயர்' என்ற பட்டம் சூட்டிக்கொண்டார்கள். தமிழ்க் கல்வி பயில விரும்பிய

மரபும் புதுமையும்

அக்கால ஐரோப்பியர்களில் பலருக்குக் கவிராயர்களே ஆசிரியர்களாக இருந்திருக்கின்றனர். 1832இல் பாளையங்கோட்டையிலிருந்துகொண்டு ரேனியஸ் அடிகளார் என்ற செருமானியர் 'பூமி சாஸ்திரம்' என்ற முதல் தமிழ் அறிவியல் நூலை எழுதினார். இவருக்குத் தமிழாசிரியராக வாய்த்தவர் பாளை, வண்ணார்ப் பேட்டையிலிருந்த திருப்பாற்கடல்நாதன் கவிராயர் ஆவார். இவரது குடும்பத்தாரைப் பற்றியும் உ.வே.சா. தம் நூலில் குறிப்பிடுகின்றார். வடமொழி அல்லாத தமிழ் மரபுகளை ஐரோப்பியர் அறிந்துகொள்ள, கவிராயர்களே பெரும் உதவியாக இருந்துள்ளனர். ஐயருக்குக் கிடைத்த திருவாவடுதுறை மடத்துத் தொடர்பு பழந்தமிழ் இலக்கியச் செல்வங்களைத் திருநெல்வேலி மாவட்டத்தில் தேடுமாறு அவருக்குக் கைகாட்டி உதவியது.

ஐயர் அவர்கள் பதிப்பித்த நூல்களின் முன்னுரை யிலிருந்து ஒவ்வொரு நூலுக்கும் அவருக்குத் திருநெல்வேலி மாவட்டத்திலிருந்து ஒன்று அல்லது இரண்டு பிரதிகள் கிடைத்திருக்கின்றன என்பது தெரிய வருகின்றது. அவரது திருநெல்வேலிப் பயணம் நிகழ்ந்த காலம் 1888, 1889, 1890 ஆகிய ஆண்டுகள் ஆகும். அக்காலத்தில் திருநெல்வேலியிலிருந்து கிழக்கே வெள்ளூர், ஸ்ரீவைகுண்டம், பெருங்குளம், ஆழ்வார் திருநகரி ஆகிய ஊர்களுக்கும் தெற்கே களக்காடு ஆகிய ஊர்களுக்கும் மேற்கே அம்பாசமுத்திரம் வீரகேரளம்புதூர்(ஊற்றுமலை), குற்றாலம் ஆகிய ஊர்களுக்கும், வடமேற்கே கடையநல்லூர், சங்கரன்கோவில், கரிவலம்வந்தநல்லூர் ஆகிய ஊர்களுக்கும் அவர் மாட்டு வண்டியிலே பயணம் செய்திருக்கின்றார் என்பது தெரிகின்றது. பத்துப்பாட்டு மூலம் முழுவதும் அடங்கிய பிரதி அவருக்குக் களக்காட்டிலிருந்த தெற்கு மடத்தில்தான் கிடைத்தது. ஐயர் அவர்கள் கைக்குக் கிடைத்த ஏடுகளெல்லாம் அரைப்பிரதிகளும் குறைப்பிரதிகளும்தான். ஏடுகளில் சில மட்டுமே எடுத்துப் பயன்படுத்தும் நிலையில் இருந்தன.

தொ. பரமசிவன்

ஐயர் அவர்களின் நண்பரும் அவரைப் போன்றே பதிப்புத்துறையில் ஈடுபட்டவருமான யாழ்ப்பாணத்து சி.வை.தாமோதரம்பிள்ளை அக்காலத்தில் ஏடுகள் கிடைத்த நிலையினைப் பின்வருமாறு குறிப்பிடுகிறார். "ஏடு எடுக்கும்போது ஓரஞ்சொரிகிறது. கட்டு அவிழ்க்கும்போது இதழ் முறிகிறது. ஒன்றைப் புரட்டும்போது துண்டுதுண்டாய்ப் பறக்கிறது. இனி எழுத்துக்களோவென்றால் வாலுந் தலையுமின்றி நாலு புறமும் பாணக் கல்ப்பை மறுத்து மறுத்து உழுது கிடக்கின்றது". படிப்பாரும் பாதுகாப்பாரும் இல்லாமல் கரையானால் சிதிலமடைந்த ஏடுகளின் நிலைமை இப்படித்தான் இருந்தது.

இந்த நிலையிலிருந்து ஏடுகளை வாசிப்பதே பெருந்துன்பம். அவற்றின் பாட வேறுபாடுகளைக் கண்டறிந்து மூலப்பிரதியினை மீட்டுருவாக்கம் செய்வ தென்பது ஞானசம்பந்தர் செய்ததுபோல எலும்பைப் பெண்ணுருவாக்கிய கதைதான். அத்தோடு உரைகளையும் படித்து, அவற்றின் பொருளை உணர்ந்து, விளங்காத பகுதிகளுக்கு உரை எழுதி, ஒப்புமைப் பகுதிகளையும் பிற இலக்கியங்களிலிருந்து கண்டெழுதி, அன்றைக்கிருந்த அச்சுக்கூட வசதிகளைக் கொண்டு இவற்றை வெவ்வேறு எழுத்துருக்களில் பதிப்பித்தது என்பது இன்றைக்குப் பல்கலைக் கழகத் துறைகளாலும் இயலாத செயலாகும். அந்தப் பேருழைப்பிற்கு நன்றி செலுத்தும் விதமாகவே சென்னைப் பல்கலைக்கழகம் அவருக்கு 1932இல் டாக்டர் பட்டம் வழங்கியது. 1948இல் அவர் பணியாற்றிய மாநிலக் கல்லூரியின் முன்னர் அவருக்குச் சிலை வடிக்கப்பட்டது.

அவரது பேருழைப்பினை அக்காலத்தில் கண்டு வியந்த அறிஞர்கள் சி.வை.தாமோதரம் பிள்ளை, ஜி.யு.போப், பாரீஸ் நகரப் பேராசிரியர் ஜூலியன் வில்சன் ஆகியோர் ஆவர். திருவாவடுதுறை மடத்தைப் போல அவரை ஆதரித்த பெருமக்களில் சேலம் இராமசாமி முதலியார், பூண்டி அரங்கநாத முதலியார், வித்துவான்

தியாகராச செட்டியார், பாண்டித்துரை தேவர் ஆகியோர் குறிப்பிடத்தகுந்தவர் ஆவர்.

தமிழ் இன்று செம்மொழி என்ற உயர்தகுதியினை அடைந்துள்ளது. இதற்கான அடிப்படை தமிழில் பிறந்த சங்க இலக்கியங்களே ஆகும். அவற்றை மீட்டெடுத்துத் தந்த உ.வே.சா தமிழ் இனத்தின் நன்றிக்குரியர். அவரின் சங்க இலக்கிய மீள் கண்டுபிடிப்பே வைதிகத்துக்கு மாற்றான ஒரு பெரும் பண்பாடு தென்னிந்தியாவில் பிறந்து வளர்ந்த வரலாற்றுண்மையினைத் தமிழ்நாட்டுக்கு எடுத்துக் காட்டியது. அதுவே தமிழ்த்தேசிய இன அடையாளத்தைக் கண்டது. திராவிட இயக்கத்தார்க்கும் முற்போக்கு இயக்கத்தார்க்கும் அடுத்த கட்ட வளர்ச்சிக்கான திசையினையும் காட்டியது.

சென்னை அரசாங்கக் கல்வித்துறை 1906இல் ஐயரவர்களுக்கு 'மகாமகோபாத்யாய' (பெரும்பேராசிரியர்) பட்டம் வழங்கியபோது தமிழ்ச் சமுதாயத்தின் நன்றியை ஐயரவர்களுக்குக் கவிஞர் பாரதியார் பின்வருமாறு புலப்படுத்தினார்:

நிதியறியோம் இவ்வுலகத் தொருகோடி
இன்பவகை நித்தம் துய்க்கும்
கதியறியோம் என்று மனம் வருந்தற்க
குடந்தைநகர்க் கலைஞர் கோவே
பொதியமலைப் பிறந்தமொழி வாழ்வறியும்
காலமெல்லாம் புலவோர் வாயிற்
துதியறிவாய் அவர் நெஞ்சின் வாழ்த்தறிவாய்
இறப்பின்றித் துலங்குவாயே

தமுஎகச வெளியிட்ட உ.வே.சா சிறுவெளியீட்டுக்கான முன்னுரை

வைதிகத்தின் இருண்டமுகம்

தமிழ்ச் சமூகத்தில் 'துறவு' என்பது ஆணுக்கு மட்டுமே உரிய வாழ்நெறியாகக் கருதப்படுகிறது. பெண் உறவை நீக்கிய ஆணுக்கான மரியாதை நம் சமூகத்தில் நிறையவே உண்டு. சமணச் சார்புடைய திருவள்ளுவரும் 'துறந்தார்' என்னும் பெயரில் ஆண் துறவிகளின் பெருமையை விரிவாகக் கொண்டாடியுள்ளார்.

மாறாக ஆண் உறவு வேண்டாம் என்று வாழும் பெண்களுக்கு நம் சமுதாயத்தில் உரிய மரியாதைகூடக் கிடைப்பதில்லை. நெடுங்காலம் இதுவே வாழ்நிலையாக இருந்தபோது, காலனி ஆட்சிக்குச் சற்று முன்னர் தமிழ்நாட்டுக்கு வந்த கத்தோலிக்கக் கிறிஸ்தவம் மீண்டும் பெண் துறவை இங்கு அறிமுகப்படுத்தியது. பெண் துறவிகள் கல்வி, மருத்துவம் ஆகிய சேவைகளோடு இணைக்கப்பட்டனர்.

தமிழ்நாட்டில் பெண்துறவு பழிப்புக்குள்ளான கறையை மிக நுட்பமாகக் காணவேண்டும். தமிழ்நாட்டுச் சிவன் கோயில்கள் சிலவற்றில் தனித்துவமான ஒரு திருவிழா கொண்டாடப்படுகிறது. அதாவது இறைவனை (சிவனை) அடைய இறைவி (அம்மன்) தவம் இருப்பதாகவும் தவத்தின் முடிவில் இறைவன் மனமிரங்கி, கோயிலுக்கு வெளியே ஒரு இடத்தில் காட்சி கொடுப்பதாகவும் இத்திருவிழா நடத்திக் காட்டப்படுகிறது. நெல்லை மாவட்டத்தில் குறிப்பாகத் திருநெல்வேலி, சங்கரன்கோயில் ஆகிய இரண்டு இடங்களில் இத்திருவிழா பெரிய அளவில் கொண்டாடப்படுகிறது. திருநெல்வேலிக் கோயில் அப்பர், சம்பந்தரால் பாடப்பெற்ற ஆகம வழிப்பட்ட தொன்மை யான கோயிலாகும்.

நெல்லை மாவட்டத்தின் மேற்குப் பகுதியிலுள்ள சங்கரன்கோயிலிலுள்ள இறைவன் சங்கரநாராயணன் என்று அழைக்கப்படுகிறார். கல்வெட்டுகளில் இந்நாட்டுப் பகுதி 'தென்கல்லக நாடு' ஆகும். கல்லக நாடியம்மனுக்குப் புளியங்குடியில் ஒரு கோயில் உள்ளது. சங்கரன்கோயில் பெரிதும் கொண்டாடப்படும் சிவத்தலமாகும். 'ஆடித்தபசு' என்னும் திருவிழாவில் இலட்சத்துக்கும் மேற்பட்ட மக்கள் கூடுகின்றனர். இறைவி (அம்மன்) தவம்செய்து அவருக்கு இறைவன் சங்கரனார் அருட்காட்சி கொடுப்பதே இத்திருவிழாவின் உச்சக்கட்ட நிகழ்ச்சியாகும்.

இக்கோயிலைப் பற்றியோ இத்திருவிழாவினைப் பற்றியோ தொல்லிலக்கியக் குறிப்புகளோ கல்வெட்டுக் குறிப்புகளோ கிடைக்கவில்லை. எனவே இக்கோயிலைப் 'பழைய சிவன் கோயில்' என்று கோயில் ஆய்வாளர்கள் ஏற்றுக்கொள்வதில்லை. இக்கோயிலின் தனித்துவமான பிற கூறுகளைக் கவனிக்க வேண்டும். இக்கோயிலில் அடியவர் களுக்கு பிரசாதம் (இனிமம்) ஆக பாம்புப்புற்று மண்ணே வழங்கப்படுகிறது. நெல்லை, தூத்துக்குடி மாவட்டங்களில் வீட்டுக்குள் பாம்பு போன்ற நச்சுயிரிகளின் நடமாட்டம்

தென்பட்டால் இக்கோயிலுக்கு நேர்ந்துகொள்கின்றனர். நேர்த்திக்கடனாக வெள்ளித்தகட்டாலான பாம்பு, தேள் உருவங்களைக் காணிக்கையாகச் செலுத்துகின்றனர். இக்கோயிலுக்குள் அமைந்த தெப்பக்குளம் நாகதீர்த்தம் என்றே வழங்கப்படுகிறது.

இதுபோன்ற ஐயத்துக்கிடமான தோற்றக்கூறுகளை யுடைய கோயில்கள் பெரும்பாலும் பிற சமயத்தவரிடமிருந்து பறிக்கப்பட்டவையாகும். பிற சமயத்தவர்கள் என்போர் பெரும்பாலும் பௌத்தர்களும் சமணர்களும் ஆவர். பௌத்த சமயம் கி.பி. பத்தாம் நூற்றாண்டுக்குள் தமிழ்நாட்டின் தென்பகுதியிலிருந்து மறைந்துவிட்டது. எனவே இக்கோயில் சமணர்களிடமிருந்து பறிக்கப்பட்டது என்பதனைக் கருதுகோளாக வைத்துக்கொள்ளலாம். தமிழ்நாட்டுத் திருவிழாக்களிலும் தவம் செய்யும் அம்மன்மார் பெரும்பாலும் வெள்ளை சாத்தியே தவக்கோலக் காட்சி தருகின்றனர். வெள்ளை சாத்துதல் என்பது வெண்ணிறத் துணி சாத்துதல் அல்லது வெண்ணிறத் திருநீற்றுக் காப்பு சாத்துதல் என இரண்டு வகையில் அமைகின்றது.

வெள்ளை நிறத்துக்கும் துறவுக்குமுரிய ஒரே தொடர்பு தமிழ்நாட்டுச் சமயவரலாற்றில் (கத்தோலிக்கம் தவிர) சமணத்துக்கு மட்டுமே உரியதாகும். கந்தி, கவுந்தி, ஆர்யாங்கனை, குரத்தியடிகள் ஆகிய பெயரோடு சமணப் பெண்துறவிகள் அழைக்கப்பட்டதனை நிகண்டுகள் பேசுகின்றன. இன்றும் சமண மதத்துப் பெண் துறவிகள் வெண்ணிறச் சேலையும் வெள்ளை முழுக்கைச் சட்டையுமாக வாழ்கின்றனர். தமிழ்நாட்டில் சமணப் பெண் துறவிகள் மிகக்குறைவு. கர்நாடகத்தில் இவர்களை மிக அதிகமாகப் பார்க்கலாம். சமணத்தில் பொதுவாகத் துறவுநிலைக்கான கட்டுப்பாடுகள் மிகமிக அதிகம். தலை மழிப்பு, வெள்ளாடை, அணிகலன்களையும் சொத்துக்களையும் முழுவதும் விட்டு விடுதல்

ஆகியவற்றோடு ஆண் குழந்தைகளைத் தொட்டுத் தூக்கக்கூட தடை விதிக்கப்பட்டுள்ளது. கல்வி உரிமை மட்டுமே முழுமையாக வழங்கப்பட்டுள்ளது. எனவே வெள்ளாடை உடுத்திய தவம் என்பது சமணத்திலிருந்து வைதிகம் பெற்றுக்கொண்ட நெறியாகும்.

சங்கரன்கோயில் ஒரு நாகவழிபாட்டுத் தலம் என்பதனைப் புற்றுமண்ணும் நாகத்தீர்த்தமும் நமக்கு உணர்த்துகின்றன. சமண சமயத் தீர்த்தங்கரர் 24 பேரும் வணக்கத்துக்குரியோர்கள். அவர்களில் பார்சுவநாதர், சுபார்சுவநாதர் ஆகிய இரண்டு தீர்த்தங்கரர்களின் சிற்பங்களில் அவர்களின் தலைமீது நாகம் குடை பிடிப்பது போன்ற வடிவமைப்பினை நிறையவே காணலாம். இவர்கள் இருவரில் பார்சுவநாதர் தலைமீது ஐந்து தலைநாகமும் சுபார்சுவநாதர் திருமேனி மீது ஏழு தலைநாகமும் குடை பிடித்திருக்கும். இவற்றுள் சங்கரன்கோயிலில் வழிபடப் பெற்ற தீர்த்தங்கரர் யார் என்பது அடுத்து வரும் கேள்வியாகும். இந்த இடத்தில் நெல்லை மாவட்டத்தில் பெருக வழங்கும் ஒரு தாலாட்டுப் பாடல் நமக்குத் துணை வருகிறது.

சங்கரனார் கோயிலிலே
சன்னதியில் புன்னைமரம்
அதிலே குடியிருக்கும்
அஞ்சுதலை செந்நாகம்

இதிலிருந்து சங்கரன்கோயிலில் வழிபடப் பெற்றவர் பார்சுவநாதரே என்று கொள்ளலாம்.

இதை வலுப்படுத்தும் இன்னொரு சான்றும் உள்ளது. சமண மதத்தின் தீர்த்தங்கரர் இருபத்து நான்கு பேருக்கும் ஒவ்வொரு இலாஞ்சனை (இலக்கினை) உண்டு. அதிலே பார்சுவநாதர் சிற்பத்தில் அடிப்புறத்தில் பாம்பு அவரது இலக்கினையாகக் காட்டப்பட்டுள்ளது. (ஏனையோருக்கு நிலாப் பிறை, சங்கு, மான் போன்றவை காட்டப் பெற்றிருக்கும்).

தொ. பரமசிவன்

மேற்குறித்த செய்திகளால் சங்கரன்கோயில் பார்சுவநாதர் கோவிலாக இருந்து பின்னர் வைதிகத்துக்கு (இந்து மதத்திற்கு) மாற்றப்பட்ட கோவிலாக இருக்க வேண்டும். இந்த மாற்றம் எந்தக் காலத்தில் நிகழ்ந்திருக்கலாம்? கி.பி. பதின் மூன்றாம் நூற்றாண்டோடு தென் தமிழகத்தில் சமணத்தின் சுவடுகள் முழுவதுமாக அற்றுப்போகின்றன. எனவே அதற்குப் பின்னரே இந்த மாற்றம் மெல்ல மெல்ல நிகழ்ந்திருக்க வேண்டும். சங்கராபரணம் என்ற பெயரில் சைவமும் ஆதிசேடன் என்ற பெயரில் வைணவமும் பாம்பு வழிபாட்டைத் தமக்குள் கொண்டுள்ளன. எனவே சங்கரரும் நாராயணருமாக இந்தக் கோயிலைச் சமணத்திலிருந்து பறித்துக்கொள்வது எளிதாகப்போயிற்று.

சமணக் கோயில் வைதிகத்தால் பறிக்கப்பட்டு இந்துக் கோயில் ஆனதற்கு இருபதாம் நூற்றாண்டு எடுத்துக்காட்டு நாகர்கோயில் நாகராஜா கோயில் ஆகும். சுமார் ஐம்பது ஆண்டுகளுக்கு முன்புவரை அக்கோயிலில் சமணத் துறவிகள் இருந்தனர். இன்னும் அக்கோயில் தூண்களிலுள்ள சிற்பங்கள் (தீர்த்தங்கரர் சிற்பங்கள்) அக்கோயில் சமணக் கோயிலாக இருந்தமைக்கான சான்றுகளாக எஞ்சி நிற்கின்றன.

செம்மலர், செப்டம்பர் 2010

இராசராசனை இன்னும் கொண்டாடுவதேன்?

ஏகாதிபத்தியத்தின் கலை வெளிப்பாடுகள் எவ்வாறு இருக்கும் என்பதற்கு ஒரு நல்ல உதாரணம், சோழப் பெருமன்னன் முதலாம் ராசராசனால் *(கி.பி. 985 – கி.பி. 1012)* கட்டப்பட்ட தஞ்சைப் பெருங்கோயில். ஆனால், அந்தப் பெரு வேந்தனே இக்கோயிலைத் தான் கட்டிய தாகக் குறிப்பிடாமல் 'கட்டுவித்ததாகக்' குறிப்பிடுகின்றான்.

பாண்டியகுலாசநி வளநாட்டு தஞ்சாவூர்க்
கூற்றத்து தஞ்சாவூர்
நாம் எடுப்பிச்ச திருக்கற்றளி ஸ்ரீ ராஜராஜீச்வர
முடையார்க்கு
நாங்குடுத்தநவும் அக்கன் குடுத்தநவும் நம்
பெண்டுகள் குடுத்தநவும்
மற்றும் குடும்பத்தார் குடுத்தநவும்
ஸ்ரீவிமாநத்தில் கல்லிலேவெட்டுக
என்று திருவாய்மொழிஞ்சருள வெட்டிந

என்பது இக்கோயிலின் முதல் கல்வெட்டு.

உடையார் என்பது அக்காலத்தில் அரசனுக்கும் இறைவனுக்கும் பொதுவாக வழங்கிய பெயராகும். அக்காலத்து மன்னர்களின் வழக்கப்படி அரசன் இக்கோயிலுக்கு ராஜராஜேச்வரம் என்று தன் பெயரையே சூட்டியுள்ளான். அக்கன் என்று குறிப்பிடப்படுவது, அவனது தமக்கையாரான 'ஸ்ரீவல்லவரையர் வந்தியத்தேவர் தேவியார் ஆழ்வார் பரநிந்தகன் குந்தவை'யாரைக் குறிப்பிடுவதாகும்.

பெண்டுகள் என்பது மனைவியரையும் பணிமகளிரை யும் குறிக்கும். அரசனும் அதிகாரிகளும் கொடுத்த தங்கம், வெள்ளியால் ஆன நகைகள், கலங்கள், உலோகத்திருமேனிகள் தவிர இக்கோயில் முழுவதும் கல்லாலேயே ஆக்கப்பட்டது. மலைகளே இல்லாத ஒரு நிலப்பரப்பால் சூழப்பட்ட இக்[1]கற்றளிக்குத் தேவையான கற்கள் நார்த்தா மலையிலிருந்து (இன்றைய திருச்சி மாவட்டம்) கொண்டுவரப்பட்டது என ஆய்வாளர்கள் கருதுகின்றனர்.

196 அடி உயரமுள்ள இக்கோயிலின் விமானம் (கருவறைக்கு மேல் உள்ள பகுதி) செதுக்கப்பட்ட கற்களை அடுக்கிக் கட்டப்பட்டதாகும். ஆயிரமாண்டுக் காலத்தில் எத்தனையோ புயல், மழை இயற்கைச் சீற்றங்களைக் கண்டபோதும் ஒரு கல் கூட ஒரு சென்டிமீட்டர் அகலம்கூட விலகவில்லை என்பதுதான் இதனுடைய தொழில்நுட்பச் சிறப்பு. வெளியிலிருந்து பார்க்கும்போது கோபுரம் போலத் தெரியும் இந்த விமானம் கற்களை வட்டமாக அடுக்கியே கட்டப்பட்டதாகும். நடுவில் தளங்கள் கிடையாது. கி.பி. 1010ஆம் ஆண்டு ஏப்ரல் 22ஆம் நாள், ஆறாண்டுக் காலத்தில் கட்டப்பட்ட இக்கோயிலில் வழிபாடு துவங்கியது.

உண்மையில் இதன் பெருமையெல்லாம் இதைக் கட்டிய கல்தச்சர்கள், சிற்ப ஆசாரிகள், உழைப்பாளிகள்

---

1. கற்றளி = கற்கோவில்

ஆகியோரின் உடல் உழைப்பையும் மதி நுட்பத்தையுமே சாரும். ஆயிரத்துக்கும் மேற்பட்ட பணியாளர்கள் இக்கோயிலில் பணியாற்றியுள்ளனர். காவிரிநாட்டின் பல ஊர்களிலிருந்தும் 400 [2]தளிச்சேரிப் பெண்டுகள் கொண்டுவரப்பட்டு நியமிக்கப்பட்டனர். இவர்கள் கோயிலில் அலகிடுதல், மெழுக்கிடுதல் போன்ற பணி செய்பவராகவும் ஆடுமகளிராகவும் மூன்று வகையாகப் பிரிக்கப்பட்டிருந்தனர்.

விளக்கெரிப்பதற்காக நானூறு இடையர்களுக்கு ஆடுகள், மாடுகள், எருமைகள் ஆகியன வழங்கப்பட்டன. இந்த ஆடுகள் 'சாவா மூவாப்பேராடுகள்' என அழைக்கப்பட்டன. இவர்கள் ஒவ்வொருவரும் நாளொன்றுக்கு உழக்கு நெய் விளக்கெரிக்கக் கோயிலுக்குக் கொடுக்க வேண்டும்.

நெல் அளக்கும் மரக்காலுக்கும் நெய் அளக்கும் உழக்குக்கும் 'ஆடவல்லான்' என்று அரசன் பெயரே சூட்டப்பட்டது. கோயிலுக்கான பாதுகாவலர்கள் 'திருமெய்க்காப்புகள்' எனப்பட்டனர். தஞ்சைமண்டலத்தின் ஒவ்வொரு ஊர்ச்சபையாரும் ஒரு திருமெய்க்காப்பாளரைப் பெரியகோயிலுக்கு அனுப்ப வேண்டும். தளிச்சேரிப் பெண்டுகளைப்போல இவர்களுக்கும் ஆண்டொன்றுக்கு 100 கலம் நெல் வழங்கப்பட்டது. இக்கோவிலைக் கட்டிய சிற்பிக்கு 'இராஜராஜப் பெருந்தச்சன்' என்ற பட்டம் வழங்கப்பட்டது. கோவிலில் நாவிதப்பணி செய்வாருக்கும் 'இராஜராஜப் பெருநாவிசன்' என்ற பட்டம் தரப்பட்டது.

இராஜராஜன் பிறந்த ஐப்பசி மாத சதைய நட்சத்திரத் திருவிழா, ஐப்பசி மாதம், இக்கோவிலில் கொண்டாடப்பட்டது. இந்நாட்களில் ஆடியருளும் திருமஞ்சன நீரிலும் தண்ணீர் மீதிலும் ஒரு நாளைக்கு, 'ஏல அரிசி ஒரு ஆழாக்கும் பெருஞ்சண்பக மொட்டு ஒரு ஆழாக்கும்' இடப்பெற்றுள்ளன என்று ஒரு கல்வெட்டால் அறியலாகிறது. திருச்சதைய

---

2. தளி = கோயில், சேரி = சேர்ந்து வாழும் இடம்

தொ. பரமசிவன்

நாள் பன்னிரண்டனுக்கும் 'திருவிழா எழுந்தருளின தேவற்குத்' திருஅமுது செய்வதற்கு ஏற்பாடு செய்யப் பட்டமையை ஒரு கல்வெட்டு காட்டுகின்றது. மன்னன் இக்கோவிலில் உள்ள இறைத்திருமேனிகளுக்குக் கொடுத்த தங்க அணிகலன்களின் எடை மட்டும் 1230 கழஞ்சு 4 மஞ்சாடி ஒரு குன்றி ஆகும். இது சுமார் 2 கிலோ 692 கிராம்களாகும். தங்கத்தாலான கலன்கள் இக்கணக்கில் சேராது.

இக்காலத்தவர் கருதுவதுபோல இக்கோயில் தமிழ்ச்சைவ நெறிப்படி கட்டப்பட்டது அன்று. காசுமீரத்துப் பாசுவத சைவ நெறிப்படி கட்டப்பட்டதாகும். இக்கோவிலின் கருவறையைச் சுற்றியுள்ள ஊழ்த்திருச்சுற்றில் வாமம், அகோரம், சதாசிவம், சத்யோஜாதம் என்ற நான்கு திருமேனிகளைக் காணலாம். மூலலிங்கம் ஈசானதேவராகும். மூலலிங்கம் ஊன்றப்பட்ட ஆவுடையார் 32 முழம் திருச்சுற்று உடையதாகும்.

என்னதான் வியப்பைத் தந்தாலும் தஞ்சைப் பெருங்கோவில் ஏகாதிபத்தியத்தின் 10ஆம் நூற்றாண்டு வெளிப்பாடு என்று கூறுவதே பொருந்தும். ஏகாதிபத்தியத்துக்கென்று சில கலாச்சார வெளிப்பாடுகள் உண்டு. அவற்றில் ஒன்று அளவின் பிரம்மாண்டம் (133 அடி உருவத் திருவள்ளுவர் சிலை, பிரமிடுகள் போன்றவையும் இப்படித்தான்.) மற்றொரு பண்பு பொருட்களையும் மனிதர்களையும் தரவரிசைப்படுத்தும் நுட்பம்.

ஒரு நகைக்கான வர்ணனையில் முத்துக்களின் தர வரிசை இவ்விதமாக ஒரு கல்வெட்டில் கூறப்பட்டுள்ளது: 'ஸ்ரீராஜராஜ தேவர் ஸ்ரீபாதபுஷ்பமாக அட்டித்திருவடி தொழுத இரண்டாந்தரத்தில் முத்தில் கோத்த முத்து வட்டமும் அனுவட்டமும் ஒப்பு முத்துங் குறுமுத்தும் நிம்பொளமும் பயிட்டமும் அம்புமுதுங்கறடும் இட்டையுஞ் சப்பத்தியுஞ் சக்கத்துக்குளுர்ந்த நீரும் சிவந்த நீரும்

மரபும் புதுமையும்

உடைய முத்து ஆயிரத்தைந்நூற்று இரண்டினால் நிறை நாற்பத்தியொரு கழஞ்சே ஒன்பது மஞ்சாடியும்...'

ஏகாதிபத்தியத்தின் மற்றொரு பண்பு அளவுகளின் கூர்மை அல்லது ஆணைகளின் துல்லியத்தன்மை

நிலன் இருபத்தைஞ்சே இரண்டு மா முக்காணி
அரைக்காணிக் கீழ்
ஒன்பது மா முந்திரிகைக்கீழ் அரையினால் பொன்
இருநூற்று நாற்பத்தாறு
கழஞ்சரையே மூன்று மா முக்காணியும்.

என்று ஒரு ஆணை செல்கிறது.

ஆனால் இந்தப் பேரரசு எளிய மக்கள் வாழ்விடங்களான பறைச்சேரி, கம்மளச்சேரி, வண்ணாரச்சேரி, ஊர் நத்தம், பாழ் நிலம், ஊடறுத்துப்போகும் வாய்க்கால்கள் ஆகியவற்றை இறையிலி நிலங்களாக அறிவித்திருக்கிறது. அந்த நிலையே ஆங்கிலேயர் ஆட்சிக்காலம்வரை தொடர்ந்தது. எப்படியிருந்தாலும் தீண்டாச்சேரியும் பறைச்சேரியும் வாழ்ந்த காலம்தான் அது. பறைச் சுடுகாடும் கம்மாளச் சுடுகாடும் தனித்தனியாக இருந்த காலம்தான் அது. இந்தப் 'பொற்காலம்' பற்றி நிறையவே இன்னும் பேச வேண்டும்.

அப்படியானால் இராசராசனைத் தமிழுலகம் இன்னமும் ஏன் கொண்டாடுகிறது? இராசராசன் தில்லையிலே அவன் காலத்திலேயும் நிலைபெற்றிருந்த பார்ப்பன மேலாதிக்கத்துக்கு எதிராகவே இக்கோவிலைக் கட்டியிருக்கிறான். தேவாரத் திருப்பதியங்களைப் பாட நாற்பத்தெட்டுப் பேரை நியமித்திருக்கிறான். அதன் விளைவாகத்தான் தில்லைக்கோவிலின் மேன்மையைக் கொண்டாடிய சேக்கிழார் தஞ்சைப் பெருங்கோவிலைப் பற்றி மறைமுகமாகவேனும் ஒரு சொல் பாடவில்லை.

இராசராச சோழனின் ஏக ஆதிபத்தியம்

சென்ற கட்டுரையில் முதலாம் இராசராசனை ஏகாதிபத்தியவாதி என்று குறிப்பிட்டிருந்தோம். இந்தச் சொல்லாடல் நவீன காலத்தியது அல்லவா என்று சில வாசகர்கள் குழம்பியிருக்கலாம். முதலில் இந்தச் சொல்லினுடைய பொருளை ஆழ்ந்து நோக்க வேண்டும். மற்ற எல்லாவற்றையும் நிராகரித்துத் தான் 'மட்டுமே' மேலெழும்பும் ஒரு நபரை அல்லது சித்தாந்தத்தையே ஏக ஆதிபத்தியம் என்கிறோம். அமெரிக்கா என்பது ஒரு அரசின் ஏகாதிபத்தியம் என்றால் மற்ற விளையாட்டுக்களை எல்லாம் அழித்து மேலெழும்பும் கிரிக்கெட் விளையாட்டுக் கலாச்சார ஏகாதிபத்தியம் அல்லவா? சங்கராச்சாரியாரின் அத்வைத சித்தாந்தம் ஒரு தத்துவ ஏகாதிபத்தியம் அல்லவா?

உலகமெல்லாம் தனக்கு மட்டுமே என்பது சங்க காலம் தொடங்கி மன்னர்களின் நோக்கமாக இருந்திருக்கிறது.

> தென்கடல் வளாகம் பொதுமையின்றி
> வெண்குடை நிழற்றிய ஒருமையோர்

என்று சங்க இலக்கியம் மன்னர்களின் ஏகாதிபத்திய உணர்வைக் குறிப்பிடுகிறது.

> அகிலமெலாம் கட்டி ஆளினும்
> கடல் மீது ஆணை செல்லவே நினைப்பார்

என்று பட்டினத்தாரும் பாடுவார்.

இராசராசனின் ¹மெய்க்கீர்த்தியின் முதல் இரண்டு அடிகளைப் பாருங்கள்:

> திருமகள் போலப் பெருநிலச் செல்வியும்
> தனக்கேயுரிமை பூண்டமை மனக்கொள

என்பது முதல் இரண்டு அடிகளாகும். செல்வங்களும் நிலவளமும் பூமியில் வேறு யாருக்கும் கிடையாது என்பது அவனது நோக்கமாகும்.

சோழமண்டலம் மட்டுமல்லாமல் பாண்டி மண்டலம், சேர மண்டலம் ஆகியவற்றோடும் ஈழ மண்டலத்தையும் வென்று தனக்கு மும்முடிச் சோழன் என்று தானே பெயர் சூட்டிக்கொண்டவன் அவன். அவை மட்டுமின்றி வேங்கை நாடு, கங்கை பாடி, தடிகை பாடி, நுழம்பாடி, ஈழ மண்டலம் இவை எல்லாவற்றையும் வெற்றி கொண்டவன். அதாவது இன்றைய கர்நாடகத்தில் வடகிழக்குப் பகுதி, ஆந்திரத்தின் தென்பகுதி, கேரளத்தின் தென்பகுதி இவையெல்லாம் அவன் ஆட்சியின் கீழ் வந்தன.

அந்தந்த நாட்டுப் ²பண்டாரங்களைக் கொள்ளை யடித்த செல்வமே 216 அடி உயரமுள்ள கற்கோபுரத்தை உருவாக்கியது, வென்ற நாடுகள் அனைத்துக்கும் அவன் தனது 9 பட்டப் பெயர்களையே சூட்டினான். எடுத்துக்காட்டாகப் பாண்டி நாட்டுக்கு ராஜராஜப்பாண்டி

---

1. மெய்க்கீர்த்தி = மன்னர்களின் புகழ்ப்பாட்டு முன்னுரை

2. பண்டாரம் = கருவூலம்

தொ. பரமசிவன்

மண்டலம் என்று பெயர் சூட்டினான். தஞ்சைக் கோவில் கல்வெட்டு ஒன்று, 'உடையார் ஸ்ரீராஜராஜதேவர் மலைநாடு எறிந்து கொடுவந்த பண்டாரத்திலிருந்து எடுத்துச்செய்த' பொன்னாலான அணிகலன்களைப் பற்றிப் பேசுகிறது. அதாவது சேரநாட்டு அரச பண்டாரத்தைக் (கருவூலத்தை) கொள்ளையடித்துக் கொண்டுவந்த பொன்னால் கோவில் இறைவனுக்கு நகைகள் அளித்துள்ளான்.

ஐப்பசி மாதம் சதைய நட்சத்திரத்தில் பிறந்தவன். எனவே தன்னுடைய பிறந்த நாளைக் கேரளா உட்பட எல்லாக் கோவில்களிலும் கொண்டாட ஏற்பாடு செய்தவன்.

அவரது மெய்க்கீர்த்தியின் மூன்றாவது அடி 'காந்தளூர்ச்சாலை கலமறுத்தருளி' என்பதாகும். அண்மையில் கண்டுபிடிக்கப்பட்ட கல்வெட்டு ஒன்றில் இவ்வரியை அடுத்து 'மலையாளிகள் தலையறுத்து' என்ற தொடர் காணப்படுகிறது.

தஞ்சைக்கோவிலுக்குத் தான் மட்டுமன்றித் தன் பணியாளர்கள் அனைவரையும் நன்கொடை அளிக்கச் செய்திருக்கிறான். தன்னுடைய பெயரே எல்லா இடங்களிலும் விளங்க வேண்டும் என்பதற்காகப் பணியாளர்களுக்கு மிக உயர்ந்த விருதாகத் தன்னுடைய பெயரான 'ராஜராஜன்' என்பதை அளித்துள்ளான்.

ராஜராஜன் பெருந்தச்சன்
ராஜராஜப் பெருந்தையான்
(ரத்தினங்களைத் துணியில் தைப்பவர்)
ராஜராஜப் பெருநாவிசன்

என்பவை போன்ற பட்டங்களை அளித்துள்ளான்.

அதுமட்டுமல்லாமல் அளவு கருவிகளுள்ளும் தன்னுடைய பெயரையே சூட்டியுள்ளான் என்பதை ஏற்கனவே பார்த்தோம். தஞ்சைக்கோவில் பணியாளர் 1100 பேரில் 400 பேர் ஆடல் மகளிர் ஆவர். 400 ஆடல்

மகளிரும் சோழ மண்டலத்திலிருந்த 112 கோவில்களிலிருந்து தருவிக்கப்பட்டவர்கள். சிவபெருமான் நடராசத் திருக்கோலமே அவன் மனம் விரும்பிய வடிவமாகும். அத்திருமேனியை 'ஆடவல்லான்' என்று குறிப்பிடும் ராசராசன் அதற்காகவே 400 தளிச்சேரிப் பெண்டுகளை (ஆடுமகளிர் தேவதாசிகள்) நியமித்தான்.

இவையன்றிக் கோயிற் பாதுகாவலர்களாக 'திருமெய்க்காப்பு' எனப்படும் பணியாளர்களை நியமித்தான். இவர்களைச் சோழ மண்டலத்திலுள்ள பல்வேறு ஊர்ச்சபையாரும் அரசன் ஆணைப்படி அனுப்பியுள்ளனர்.

இவையன்றி வாரிசு அரசியலின் வழிகாட்டியாகவும் ராசராசன் திகழ்ந்துள்ளான். தான் வென்ற பாண்டி மண்டலத்தை ஆளத் தன் பிள்ளைகளை நியமித்து அவர்களுக்குச் சோழ பாண்டியர் என்று பட்டம் கொடுத்தான். சோழ பாண்டியர் என்ற பெயர் தாங்கிய கல்வெட்டுக்கள் பல மதுரை, நெல்லை மாவட்டங்களில் காணப்படுகின்றன.

'இவனுக்கு 15 மனைவியர் இருந்தனர். பட்டத்தரசி தந்தி சக்தி விடங்கி ஆவார். முதலாம் ராசேந்திரனைப் பெற்றெடுத்த பெருமைக்குரியவர் வானவன் மாதேவி' என்று வரலாற்றாளர் குறிப்பிடுகின்றனர்.

பல்வேறு ஊர்களிலுள்ள நிலங்களிலிருந்து தஞ்சைக் கோவிலுக்குக் காணிக்கடனாக ஆண்டொன்றுக்கு வந்த நெல் 1 லட்சத்து 20 ஆயிரம் கலம் ஆகும். எனவே, இந்தக் கோயில் பணியாளர்களில் கணிசமான அளவு கணக்கெழுதுவோர் இருந்துள்ளனர். 4 பண்டாரிகள், 116 பரிசாரகர், 6 கணக்கர்கள், 12 கீழ்க்கணக்கர்கள் இக்கோவிலில் பணி செய்துள்ளனர். கோவிலுக்குரிய விளக்குகளுக்கு நெய் அளக்க 400 இடையர்கள் நியமிக்கப் பட்டிருந்தனர். இவர்களுக்கு 'வெட்டுக்குடிகள்' என்று பெயர். அதாவது, சம்பளமில்லா வேலைக்காரர்கள் என்று பொருள். இவர்கள் வசம் ஒப்புவிக்கப்பட்ட

எண்ணிக்கையிலான ஆடுமாடுகளின் 'மிகுபயன்' மட்டுமே ஊதியமாகும். அதாவது 96 ஆடுகள் அல்லது 48 பசுக்கள் அல்லது 32 எருமைகள் ஒரு 'இடையன் வசம்' ஒப்புவிக்கப்படும். இந்த எண்ணிக்கை குறையாமல் வைத்துக்கொண்டு அவன் கோவிலுக்கு நெய் அளக்க வேண்டும். எனவே, இந்த ஆடுகளுக்கும் மாடுகளுக்கும் 'சாவா மூவாப் பேராடுகள் அல்லது பசுக்கள்' என்று பெயர். அதாவது இவர்களைப் பொறுத்தமட்டில் அரசுக்கு பொருட்செலவோ நெறற்செலவோ கிடையாது.

நாம் சென்ற கட்டுரையில் குறிப்பிட்டது போல அளவுகளின் துல்லியத்தன்மை ஏகாதிபத்தியத்தை அடையாளம் காட்டும் ஒரு அம்சமாகும் (கணிப்பொறிக் காலத்தை நினைவு கொள்க.)

ஒரு மாநிலமும் வ்ரியிலிருந்து தப்ப முடியாது. சோழ சாம்ராஜ்யத்தில் நிலப்பரப்பைத் துல்லியமாக அளந்து இறை வஞூல் செய்யும் ஏற்பாடு செய்யப்பட்டிருந்தது.

> நிலன் நாற்பத்தொன்பதரையே
> நான்குமா முக்காணிக்கீழ் அரையே
> ஒரு மாவரைக் கீழ் முக்காலே ஒருமாவினால்
> இறைகட்டின காணிக்கடன் . . .

என்று வரும் இந்நிலப்பரப்பின் அளவினைக் காண்போம்.

இக்கல்வெட்டிலிருந்து அந்நாளில் நிலப்பரப்பைக் கணக்கிட வேலி, குழி, சதுரசாண், சதுர அங்குலி, சதுரநூல் இவற்றை அலகீடாகக் கொண்டிருந்தனர் எனத் தெரிகிறது.

மேலும், ஒரு வேலி பரப்பளவுள்ள நிலத்தை 320 சமபங்குகளாக்கி, அதன் ஒரு பங்கை முந்திரி (1/320) என்றும்; முந்திரிக்கும் கீழுள்ள பரப்பை மேலும் 320 சமபங்குகளாக்கி, அதன் ஒரு பங்கைக் கீழ் முந்திரி (1/320 – 1/320) என்றும்; கீழ் முந்திரிக்குக் கீழ். உள்ள நிலத்தை மேலும் 320 சமபங்குகளாக்கி, அதன் ஒரு பங்கைக் கீழ் கீழ் முந்திரி (1/320 – 1/320 – 1/320) என்றும் குறிப்பிட்டனர்.

கீழ் கீழ் முந்திரிக்குக் கீழுள்ள மிகச் சிறிய நிலப்பரப்பை இருபத்தைந்து சம பங்குகளாக்கி, அதன் ஐந்து பங்கைக் கீழ் கீழ் கீழ் நான்குமா என்றும், பத்துப்பங்கைக் கீழ் கீழ் கீழ் எட்டுமா என்றும், பதினைந்து பங்கைக் கீழ் கீழ் கீழ் அரையே இருமா என்றும், இருபது பங்கைக் கீழ கீழ் கீழ் முக்காலே ஒருமா என்றும், இருபத்து ஐந்து பங்கைக் கீழ் கீழ் முந்திரி என்றும் வகுத்துள்ளனர்.

இறுதியில் கணக்கிடும் மிகச்சிறிய நிலப்பரப்பின் அளவு கீழ் கீழ் முந்திரிக்குக் கீழுள்ள மேற்கூறிய நான்கு அளவு முறைகளில் ஏதாவது ஒன்றினைக் கொண்டு முடியும்.

பொதுவில், நிலப்பரப்பின் அளவு முறை கீழ் கீழ் முந்திரி என்ற அளவிலேயே முடியும். நில அளவையை மேலே குறித்த முறையில் முந்திரி, அரைக்காணி, காணி, அரைமா, முக்காணி, ஒருமா, மாகாணி, கால், அரை, முக்கால், ஒன்று என்று கீழ் கீழ் முந்திரியிலிருந்து முந்திரி முந்திரியாகக் கீழ் முந்திரி, முந்திரி வேலி வரையில் கூட்டி அலகிட்டு அதன் பரப்பை அட்டவணை ஒன்றில் காட்டியுள்ள வாய்ப்பாட்டின்படி கணக்கிட்டு வேலிக்கணக்கில் குறித்துள்ளனர்.

அன்னம் பஹு குர்வீத

உணவைப் பெருக்கிப் பகிர்ந்துண்ணும் பாரதீய சனாதன தர்மத்தின் விளக்க நூலாக 'அன்னம் பஹு குர்வீத' என்ற பெயரில் தமிழ் நூல் ஒன்று வெளிவந்துள்ளது. நூலாசிரியர்கள் ஜிதேந்த்ர பஜாஜ், மண்டயம் தொட்டமென ஸ்ரீநிவாஸ் ஆகிய இருவரும் ஆவர். நூலின் துணையாசிரியர் பெயரிலிருந்து அவர் 'திராவிட வேதப் பிரகர்த்தர்'களின் வாரிசு எனத் தெரிகிறது. வடக்கும் தெற்கும் இணைந்து எழுதிய இந்த நூலுக்கு இரண்டு சங்கராச்சாரியார்கள், மூன்று ஜீயர்கள், பெஜாவர் மடாதிபதி ஆகியோர் ஆசியுரை வழங்கியிருக்கிறார்கள். விஜயலெட்சுமி ஸ்ரீநிவாஸ் தமிழாக்கம் செய்துள்ளார்.

பாரதத்தின் கடந்தகால உணவுக் கோட்பாடுகளையும் நிகழ்கால நிலைமைகளையும் வருங்காலத்துக்குத் தேவையான சிந்தனைகளையும் தன் பார்வையில் நூல் முன்வைக்கிறது.

இந்தியாவின் உணவுத் தேவை குறித்த கவலை அனைத்து இந்திய மக்களுக்கும் பொதுவானதுதான்; சிந்திக்க முற்படுகிற சிலர் மட்டும் இந்தியாவின் உணவு

உற்பத்திமுறைகளையும் சந்தைகளையும் பங்கிடும் முறைகள் பற்றியும் கவலைப்படுகிறார்கள். ஆசியுரை வழங்கிய பெரியவர்களுக்கு இந்தியாவின் 'ரேசன்' கடைகளைப் பற்றியோ அங்கே வழங்கப்படும் பொருள்களின் தரம், முறை பற்றியோ அனுபவம் இருக்க நியாயமில்லை. ஆனால் செயற்கை உரங்களால் கிழடு தட்டிப்போன இந்திய நிலங்களுக்கு இயற்கை உரங்களை இடச்சொல்லி ஓயாமல் கதறுகின்ற தொலைக்காட்சியில், மறுபுறத்தில் செயற்கை விஞ்ஞானி எம்.எஸ். சுவாமிநாதனுக்கு பாராட்டுவிழாச் செய்திகளும் ஒருசேர வந்துகொண்டு இருப்பதைத்தான் நம்மைப் போன்றவர்களால் செரித்துக்கொள்ள முடியவில்லை.

மனிதகுல நாகரிக வளர்ச்சிக்கான அடிப்படைக் காரணிகளில் ஒன்று, ஒவ்வொரு மக்கள் திரளும் தனக்கென்று தேர்ந்தெடுத்துக்கொண்ட உணவு உற்பத்தி முறையும் தொழில் நுட்பங்களும். உற்பத்திக் கருவிகளின் வளர்ச்சியும், உணவு குறித்த பண்பாட்டு வெளிப்பாடுகளும்தாம். இந்தியக் கலாச்சாரத்தைப் போலவே இந்திய உணவுவகைகளும், உற்பத்தி முறைகளும் பன்முகத்தன்மை கொண்டவைகளே (இதை எழுதும்போது 13 நாள் ஆட்சியின் வாக்கெடுப்புக் கூட்டத்தில் ஜி.ஜி.சுவெல், வடகிழக்கு மாநிலங்களில் மாட்டிறைச்சி எப்படி அடிப்படை உணவாக விளங்குகிறது என்பதை விளக்கிப் பேசியது நினைவுக்கு வந்து தொலைக்கிறது).

'அன்னம்' என்ற சொல் அரிசியைக் குறிக்கவில்லை; சமைக்கப்பட்ட அரிசியைக் குறிக்கிறது. அன்னத்தைப் பகிர்ந்து உண்ணுதல் என்பது பிராமணர்களைத் தவிர ஏனையோர்க்கு விதிக்கப்பட்ட தர்மமாகத்தான் இருக்க முடியும். ஏனென்றால் பிராமணர்கள் (துறவிகள் உட்பட) மற்றவர்கள் கையால், அன்னத்தைப் பெற்றுக் கொள்வதில்லை. அரிசியினை மட்டுமே பெற்றுக் கொள்வார்கள். அத்தனை ஏன், பிற சாதியினர் கையால் புழுக்கப்பட்ட (அவிக்கப்பட்ட) அரிசியினை

தொ. பரமசிவன்

உண்பது பாவமென்று கருதிப் பச்சரிசி உணவினைத் தேர்ந்துகொண்டவர்கள் அவர்கள். சமயத் தலைமை அதிகாரத்தைப் பெற்றிருந்தவர்களின் உணவு நெறி பாரதத்தில் இதுவாகத்தான் இருந்தது.

அன்னம் என்பது முழுமையான உணவினைக் குறிக்கும் சொல்லாகாது. இலை, தழைகள், கீரைகள், காய்கறிகள், பயறு வகைகள், நிலத்திற்குக் கீழே வளரும் கிழங்கு வகைகள், இறைச்சி, மீன் – இவை எல்லாம் கலந்ததே உணவுவகையாகும். சங்க இலக்கியத்திற்குப் பின்வந்த தமிழிலக்கியத்தை – இருபதாம் நூற்றாண்டு வரை – படிக்கிற யாருக்கும், 'தமிழர்கள் எல்லோரும் புலால் உண்ணாதவர்கள்' என்ற மயக்கம் வந்துவிடும். அப்படித்தான் இந்த நூலைப் படிப்பவர்களுக்கும், 'பாரதம் புலால் உண்ணாத நாடு' என்ற மயக்கம் ஏற்படும்.

உணவும் உணவுவகைகளும் உணவு குறித்த வழக்கங்களும் நம்பிக்கைகளும் சடங்குகளும் கூட ஒரு மக்கள் திரளின் பண்பாட்டை வெளிப்படுத்தி நிற்கின்றன. சமூக, அரசியல் ஆதிக்கங்கள் இவற்றின் குறுக்கு வெட்டாகப் பாய்ந்து தங்கள் அதிகாரத்தை ஒழுங்குபடுத்தித் தக்கவைத்துக்கொண்டுள்ளன என்பதும் வரலாற்று உண்மைதான். "மாடு தின்னும் புலையா உனக்கு மார்கழித் திருநாளா?" என்ற கேள்வியோடு மட்டும் இது நிற்கவில்லை. வேட்டச் செந்நாய் தின்று எஞ்சிய இறைச்சியினை உண்ணும் மலைச்சாதி மக்கள், நரிக்குறவர், எலிக்கறி தின்னும் புலையர், ஈசல் பிடித்துத் தின்னும் உடலுழைப்புச் சாதியினர், பன்றியைப் பலிகொடுத்து உண்ணும் மக்கள் என்று உண்ணும் உணவே மக்களை அடையாளம் காட்டி, பாரதத்தில் அதிகாரத்தை ஒழுங்கு செய்திருந்தது. தமிழிலக்கியத்திலிருந்து ஏராளமான மேற்கோள் தரும் இந்த நூலில் 'கொழுப்பு ஆ தின்ற கூர்ம் படை மழவர்', 'ஆ உரித்துத் தின்று உழலும் புலையர்' பற்றிய குறிப்புகள் காணப் பெறவில்லை. ஆற்றுப்படை நூல்கள் காட்டும் இனக்குழு வாழ்க்கை உணவு முறைகள்

பேசப்படவில்லை. மன்னர்கள் ‘குளம் தொட்டு வளம் பெருக்கி’ நெல் உற்பத்தியைப் பெருக்கினார்கள் என்றால் காடுகளில் வாழ்ந்த மக்கள் தீயிட்டு, நிலம்திருத்திப் புஞ்சை நிலங்களில் தானியங்களைப் பயிரிட்டனர். ஆனாலும் கூட இந்தியாவில் அதிகார வரிசை முறையினை உருவாக்கிய சனாதன தர்மம், உணவு நுகர்விலும் கூட அதை நிலைநிறுத்தி வைத்தது. பிராமணர்கள் புழுங்கல் அரிசியை மட்டுமல்ல, பூமிக்குக் கீழே விளையும் கிழங்குவகைகளையும் உண்ண மாட்டார்கள். காரணம் பூமிக்குக் கீழே விளைவன விலங்குகளாலும் சூத்திரர் களாலும் உண்ணப்பட வேண்டிய உணவுகளாகும். உருளைக்கிழங்கையும் புலாலையும் பிராமணர்களை உண்ணவைத்த ‘நவீனம்’ கூட அவர்களைப் பனங்கிழங்கை உண்ணவைக்க முடியவில்லை.

உலைச் சோற்றிலேயே உப்பை இட்டுச் சமைக்கும் வழக்கம் ஒடுக்கப்பட்ட மக்களுடையதாக இருந்தது. பயறுவகைகள் கீழ் மக்களோடும் இறப்புச் சடங்குகளோடும் தொடர்புபடுத்தப்பட்டன. இன்னும் தெளிவாகச் சொன்னால், பெருவாரியான மக்களின், பெருவாரியான உணவு வகைகள் திருக்கோயிலுக்குள் முழுமையாகத் தடை செய்யப்பட்டிருந்தன. இன்னும் கூட அப்பழக்கம் நடைமுறையிலுள்ளது. மிளகாய் வற்றலும் தட்டைப் பயறும், வெங்காயமும், உருளைக்கிழங்கும், தக்காளியும் கூட ‘வசதி படைத்த’ திருக்கோயில்களின் கருவறைக்குள் இன்றுவரை நுழைய முடியவில்லை, அவற்றை உற்பத்தி செய்யும் மக்களைப் போலவே. மாறாகத் துடியான கிராமத்துத் தேவதைகள் அரபியர்களின் புகையிலைச் சுருட்டையும் ‘பலி’யாக ஏற்றுக்கொள்கின்றன.

மனித மிருகம் வளர்ச்சி பெற்று மனிதக் கூட்டமாக, இனக்குழுவாக உருமாற்றம் பெற்றதனைக் காட்டி நிற்கும் சான்றுகளில் ஒன்று கூடிப் பகிர்ந்து உண்ணும் பழக்கமாகும், உற்பத்திமுறையில் பின் தங்கியவர்களாகவும் நகர நாகரிக வாசனை படாமலும் காடுகளுக்குள் வாழும்

பழங்குடி மக்களிடம் திருமணச் சடங்கிலும் இறப்புச் சடங்கிலும் கூடிப்பகிர்ந்துண்ணும் வழக்கம் இருக்கின்றது. நகர நாகரிகத்தில் போல வெறும் வழக்கமாக இல்லாமல், சடங்குத்தன்மையோடு கூடியதாக இது இருக்கிறது. கூடி உணவு தேடி கூடிப் பகிர்ந்துண்ணும் வழக்கம் இன்றும் கூட ஒரு தொல்லெச்சமாகத் தமிழகத்தின் மலையடிவாரக் கிராமங்களில் இருப்பதைப் பார்க்கலாம்.

தைப் பொங்கலையடுத்த மறுநாள் (கரிநாள் என்பது மக்கள் வழக்கு; 'கனு' என்பது மேலோர் மரபு) ஊரிலுள்ள மக்கள் சாதி, மத வேறுபாடின்றிக் காட்டுப் பகுதியில் வேட்டைக்குச் சென்று முயல், உடும்பு, காட்டுக்கோழி, கவுதாரி போன்றவற்றை வேட்டையாடி ஊருக்குள் கொண்டுவந்து ஊர் நடுவில் இறைச்சியைப் பகிர்ந்து எடுத்துக்கொள்கிறார்கள். ஊர் மந்தை 'மன்றம்' ஆக மாற்றம் பெற்று வளர்ந்த கதையின் ஒரு பகுதி இது.

உலகின் தொடக்க காலத் தெய்வங்களில் இந்தச் சமமான பங்கீட்டு முறையினை ஒழுங்குபடுத்திய தெய்வம் ஒன்றும் உண்டு. இத்தெய்வம் பற்றித் தொன்மையான தமிழிலக்கியத்தில் சில அருகிய குறிப்புகள் காணப்படுகின்றன. இத்தெய்வத்தைப் 'பால்' என்றும் உரையாசிரியர்கள் 'பால்வரை தெய்வம்' என்றும் குறிப்பிடுகின்றனர் (பால் – வகுத்தல், பிரித்தல்). சமத்துவம் பேணிய இத்தெய்வத்துக்கு வேதமரபில் 'ரித' என்ற பெயர் காணப்படுகின்றது. (இத்தெய்வங்களைப் பற்றித் தமிழில் க. கைலாசபதியும் பேரா.எஸ். ராமகிருஷ்ணனும் எழுதியுள்ளனர். ஆங்கிலத்தில் நரேந்திரநாத் பட்டாச்சாரியா எழுதியுள்ளார். கிரேக்க மரபில் இத்தெய்வத்துக்கு 'மீர' *Morea* என்று பெயர்.)

பகிர்ந்துண்ணும் கலாசாரம் இந்நாட்டுத் தொல்குடி மக்களிடம் அரும்பிய வெளிப்பாடாகும். மேலோர் மரபு பேசும் சனாதான தருமம், மக்கள் கூடியும் கலந்தும் உண்ணும் வழக்கத்தைத் தடை செய்தது என்பதே வரலாற்றுண்மையாகும்.

பிராமண 'யதி' (துறவி) அரிசியை மட்டுமே பிச்சை ஏற்றான். சமணத் துறவியோ சமைத்த உணவையே கையினால் பிச்சை ஏற்றான். உணவாக்கத்திலும், உண்ணுவதிலும் சாதியத்தைத் தாண்டிய மதம் சமணமாகும்; வைதீகமல்ல. சமணரும் உண்ணும் மரபில் 'மேலோர்' மரபு பேணிய இடம் ஒன்றுண்டு. உண்ணும் போது பேசுவதைச் சமணம் தடை செய்தது. இந்த வழக்கமே "உண்ணும்போது உரையாடாதார்" என்று அப்பர் தேவாரத்தில் வசையாகவும் மாறியது.

"அனைத்துயிர்களும் அன்னத்திலிருந்து உற்பத்தி யானவை; அன்னம் மழையால் உற்பத்தியாகிறது; மழை யக்ஞத்தால் சம்பவிக்கிறது; யக்ஞமாவது கருமத்தால், நற்காவியத்தில் உண்டாகிறது"(பக்.8) என்பதே இந்த நூலின் முதற்பகுதியின் அடிப்படையாகும்.

நூலின் ஆறாம் அத்தியாயம் மனுநீதியின்படி இல்லறத்தான் செய்ய வேண்டிய ஐந்து வகையான 'யக்ஞங்களை'ப் பற்றிப் பேசுகிறது. அத்தியாபனம் – பிரம்மயக்ஞம், தர்ப்பணம் – பித்ருயக்ஞம், ஹோமம் தேவயக்ஞம், பலி இடுதல் – பூதயக்ஞம், அதிதி பூஜை – மனுஷ்ய யக்ஞம் ஆகியவையே மனு குறிப்பிடும் ஐந்து யக்ஞங்களாகும் (பக்.118). இந்த ஐந்து பிரிவுக்கும் பிரிவினர்க்கும் இல்லறத்தான் உணவளிக்க வேண்டும். ஆனால் தென்னகத்தில் வள்ளுவர் இல்லறத்தானுக்கு விதித்த 'ஐவர்க்கு அளித்தல்' வேறுபட்ட பட்டியலாக அமைகிறது. தென்புலத்தார் (முன்னோர்), தெய்வம், விருந்தினர், உறவினர், தான் என்ற வள்ளுவநீதி ஐந்து பேரைக் குறிப்பிடுகிறது. இரண்டுக்குமுள்ள வேறுபாடு கூர்ந்து கவனிக்கத்தக்கது. அடையாளச் சிக்கல் இத்தோடு அமையவில்லை.

உயிர் செகுத்து உண்ணும் வேள்விக்கு (ஹோமம்) உணவளிப்பதில் வள்ளுவர்க்கு உடன்பாடில்லை. மனுவின் கோட்பாட்டை விளக்கும் இடத்தில் நூலாசிரியர்கள் ஒரு சிக்கலை எதிர்கொள்கின்றனர். மனு குறிப்பிட்ட

'அதிதி' என்ற சொற்பொருளில் பிராமணர் அல்லாதவர் சேரமாட்டார்கள் என்ற சனாதனக் கொள்கையினை மறுக்க முற்பட்டிருக்கின்றார்கள். மனுஸ்மிருதியின் 'அதிதி' பற்றிய வரிசைக்கிரமத்தை (பிராமண, ஷத்திரிய, வைசிய, சூத்திர) ஒப்புக்கொள்ளும் நூலாசிரியர்கள் (பக். 130) சிறிது நேரம் கழித்து 'பிராமணரல்லாதவர்கள் அதிதி அல்ல என்னும் மனுவின் மொழி ஓர் இலக்கணக் குறிப்பாகவே தோன்றுகிறது' (பக்.136) என்று சமாளிக்க முற்படுகின்றனர். 'பின்னும் மிருதிகள் செய்தார் – அவை பேணும் மனிதர் உலகினில் இல்லை மன்னும் இயல்பின அல்ல அவை மாறிப்பயிலும் இயல்பினவாகும்' என்று 'ஸ்மிருதி நூல்களும் கால ஓட்டத்தில் பின் தங்கிப் போய்விடுகின்றன,' என்ற பாரதியின் கருத்து நூலாசிரியர்களுக்கு எட்டவில்லை போலும்.

தேசிய இயக்கத்தில் காந்தியடிகளின் வருகைக்கு முன்னர் கலந்துண்ணும் வழக்கம் கிடையாது என்பது உண்மையல்லவா? "கௌட சரஸ்வதி பிராமணர்கள் தவிர மற்றவர்கள் கையால் அவர் தண்ணீர்கூட அருந்தமாட்டார்" என்று காங்கிரஸ் தலைவரும் இந்து மகாசபையின் பிதாமகருமான பண்டித மதன்மோகன் மாளவியாவைப் பற்றி ராஜகுமாரி அமிருதகௌர் எழுதியதனை அவ்வளவு எளிதில் மறந்துவிட முடியுமா?

'கல்லைப் போட்டாலும் செரித்துக் கொள்ளுகிற வயிறு' என்று சொல்வார்கள்: அதன் பெயர் இங்கே 'இந்து மதம்' என்பதுதான். எந்தக் கருத்தைச் சொன்னாலும் எதிர்நிற்காமல் 'அதைத்தானே நானும் சொன்னேன்' என்று தன்மயமாக்கிக்கொள்ளும் கொடுமையான உத்தி இது. அதனால்தான் வைதீகத்தில் விரட்டப்பட்ட ஆபுத்திரன் கதையை மீண்டும் வைதீகம் தன்னதாக்கிக்கொள்ள முடிகிறது. இந்த நூலின் அநுபந்தத்தில் தமிழிலக்கியத்தின் பகுதிகள் கருத்து, சூழல் என எந்தப் பொருத்தமும் இன்றி மேற்கோள் காட்டப்பட்டிருப்பதைத் தமிழிலக்கியம் அறிந்தவர்கள் பார்வையிலே புரிந்துகொள்ள முடியும்.

அதனால்தான் "பால் பல வூறுக பகடு பல சிறக்க", "நெல் பல பொலிக பொன்பெரிது சிறக்க," என்ற உற்பத்திப் பண்பாடு சார்ந்த ஐங்குறுநூற்றுப் பாடல் இவர்களது கண்களுக்குத் தப்பியிருக்கிறது. 'கோயில் பிச்சை'யும் அன்னதானங்களும் மட்டுமே கண்ணில் பட்டிருக் கின்றன. சின்னவயதில் ஆடிமாத இரவுப்பொழுது களில் நாங்களெல்லாம் தாய்மடியில் அஞ்சி ஒளிந்து கொள்ளும்படி ஓங்கியொலித்த இராப்பாடியின் (புரத வண்ணார்) குரல் எனக்கு நினைவுக்கு வருகின்றது. 'பட்டி பெருக, பால்பானை பொங்க, எட்டு லெட்சுமியும் ஏறிவிளைய கீழ்வீட்டு அம்மா படிபோடுங்க, மேல வீட்டு அம்மா படிபோடுங்க," உற்பத்திக் கலாச்சாரத்தையும், பகிர்ந்துண்ணும் பண்பாட்டினையும் எனக்குக் கற்றுக் கொடுத்தவன் அவன்தான்; இந்த நூலாசிரியர்கள் அவனை அறியமாட்டார்கள்.

பீகார் அருங்காட்சியகத்திலுள்ள தீதர்கஞ்ச் யட்சி என்னும் சமணச் சிற்பத்தை நினைவுபடுத்துவதுபோல அட்டைப்படச் சிற்பம் அமைந்துள்ளது. அதிலொன்றும் வியப்பில்லை. பௌத்த மரபின் 'சிந்தாதேவி'யும் சமணர் களின் அன்னதானக் கோட்பாடும்தானே வைதீக மரபின் அன்னபூரணித் தெய்வத்தை உருவாக்கின.

"தன் பிறந்த வீட்டுக்கு வருகை தந்திருக்கும் சுவாஸினிகள் குமாரிகள், வியாதியஸ்தர்கள், கர்ப்பிணிப் பெண்கள் முதலானோருக்கு" என்பதாக 'சனாதனம் தவறாத நடையில்' நூல் மொழிபெயர்க்கப்பட்டிருக்கிறது.

"இம்மாபெரும் புண்ணிய பூமியின் ஊடே மாபெரும் அன்னதானம் மீண்டும் தழைக்குமாக" (பக். 306) என்ற மாபெரிய வாழ்த்துடன் இந்த நூல் முடிந்திருக்கின்றது. 'மனிதர் உணவை மனிதர் பறிக்கும் வழக்கம்' மாய இந்த வாழ்த்துகள் போதுமானவையல்ல, வழித்துறையுமல்ல.

***காலச்சுவடு*, ஜனவரி – மார்ச் 2000**

தெய்வங்களின் உணவுரிமை

தமிழக அரசு அண்மையில் கோவில்களில் உயிர்ப்பலி கொடுப்பதைத் தடுத்து நிறுத்துமாறு மாவட்ட ஆட்சித் தலைவர்களுக்குக் கடிதம் எழுதியிருக்கிறது. புதிதாகச் சட்டம் எதையும் அரசாங்கம் இயற்ற வில்லை. *1950*ஆம் வருடம் இயற்றப்பட்ட சட்டத்தை அமல் நடத்துமாறு அரசாங்கம் கேட்டுக்கொண்டிருக்கிறது. இதிலே என்ன எதிர்ப்பு வேண்டியிருக்கிறது என்று சில நணபாகள் கேட்கிறார்கள். "புதிதா கச் சட்டம் இயற்றுவதுதானே நமது அரசாங்கத்திற்கு வாடிக்கை. இப்போது அப்படியெல்லாம் ஒன்றும் இல்லையே, இருக்கிற சட்டத்தை அமல் நடத்தச் சொல்லியிருக்கிறார்கள்; அவ்வளவுதானே?" என்று கேட்கிறார்கள். மைய அரசின் சட்டமாக இருந்தாலும் அல்லது அரசியல் சட்டத்தில் வரைவெல்லை

காட்டப்பட்டிருக்கிற சட்டமாக இருந்தாலும் இருக்கிற எல்லாச் சட்டங்களும் நடைமுறைப்படுத்தப்படுகின்றனவா? 1965ஆம் ஆண்டுக்குள்ளாக இந்தியாவில் இருக்கிற 14 வயதான அனைவருக்கும் இலவசமாகக் கட்டாயக் கல்வியைத் தரவேண்டும் என்று இந்திய அரசியல் சட்டம் ஓர் உறுதிமொழியினை அளித்தது. அது பிறகு பத்தாண்டுகளாகத் தள்ளிக்கொண்டே போனது. கடைசியாக என்ன சொன்னார்கள்? ராஜீவ்காந்தி ஆட்சிக்காலத்தில் Due to Financial அது நடைமுறைப்படுத்தப்பட முடியாத திட்டம் என்று கைகழுவிவிட்டார்கள். இப்படி மத்திய அரசாலும் மாநில அரசாலும் கைகழுவப்பட்ட சட்டங்கள் நிறைய இருக்கின்றன. சைக்கிளில் இரண்டுபேர் செல்லக்கூடாது என்ற சட்டம் இருந்தது. அந்தச் சட்டத்தை நடைமுறையில் வைத்துக்கொண்டே மனிதர்கள் உட்கார்ந்து செல்வதற்கான பின் இருக்கைகளை சைக்கிள் கம்பெனிகள் வடிவமைத்தன. பெரும்பாலான சமயங்களில் சைக்கிளில் இரண்டு பேராகத்தான் போனார்கள். வழியில் ஒரு காவலரைப் பார்த்தால் பத்தடிக்கு முன்னால் இறங்கி, அவருக்கு அந்தப்பக்கம் பத்தடி சென்று ஏறிக்கொள்வார்கள்; காவலரும் அதைக் கண்டும் காணாமல் விட்டுவிடுவார்; கேலி செய்வது மாதிரி இருந்ததால் அந்தச் சட்டத்தை எம்.ஜி.ஆர் அரசு நீக்கிவிட்டது. அமல்படுத்த முடியாத சட்டம் எதற்கு, மக்கள் எதிர்க்கிற சட்டம் எதற்கு என்று அதை நீக்கிவிட்டார்கள்; இப்போது சைக்கிளில் இரண்டுபேர் போகலாம்.

அதுபோலவே 1950இல் ஒரு சட்டம் போட்டார்கள், கோவில்களில் உயிர்ப்பலி கூடாது என்று! ஐம்பத்து மூன்று ஆண்டுகள் ஆயிற்று. ஒரு போதும் சனங்கள் இதைக் கேட்கவில்லை, அரசாங்கமும் இதைக் கண்டு கொள்ளவில்லை என்பது மட்டுமன்று, அரசே பல இடங்களிலும் மறைமுகமாக இந்தச் சட்டத்தை மீறியிருக் கிறது. நிறைய ஊர்களில் கோயில்களில் உயிர்ப்பலி கொடுக்கிறபோது அந்த உள்ளாட்சி அமைப்புகளின்

சார்பாகத் ‘தலைக்கிடா’ வெட்டுவது என்ற வழக்கம் இருந்தது. மேட்டூர் அணையில் காவிரித் தண்ணீரைத் திறக்கிறபோது கிடா வெட்டுவது அரசின் வழக்கம். புது அணைகட்டித் திறக்கிறபோதெல்லாம் கிடா வெட்டுவது, ஓர் உயிர்ப்பலி தருவது வழக்கம். மாவட்ட ஆட்சித் தலைவர், மாவட்டக் காவல்துறை அதிகாரி போன்றவர்களெல்லாம் அங்கே இருப்பார்கள். இது எல்லோருக்கும் தெரிந்ததுதான். அரசின் நேரடிக் கட்டுப்பாட்டிலிருக்கின்ற பெருந்தெய்வக் கோயில்கள் சிலவற்றில், உதாரணமாக அழகர் கோயில் வளாகத்திற்குள்ளே நூற்றுக்கணக்கான ஆடுகள் ஆடித்திருவிழாவிலும் சித்திரைத் திருவிழாவிலும் வெட்டப்படுகிறபோது, அந்த அதிகாரி பார்த்துக் கொண்டுதான் இருப்பார். அந்தப் பார்ப்பன அர்ச்சகர் களும் அந்த வழியாகத்தான் வருவார்கள், போவார்கள். எல்லோரும் பார்த்துக்கொண்டிருப்பார்கள். ஐம்பத்து மூன்று ஆண்டுகளாக, ஒரு விழுக்காடு மக்களால் கூட ஏற்றுக்கொள்ளப்பட முடியாத சட்டத்தை ஏன் இன்னும் எழுத்தில் வைத்திருக்க வேண்டும்? எத்தனை சட்டங்கள் கைகழுவப்பட்டுள்ளன மக்களால் ஏற்றுக் கொள்ளப் படவில்லை என்று?

இந்திய ஆன்மீகமென்பது *personal God relationship* எனும் ஒவ்வொரு தனி மனிதனுக்கும் கடவுளுக்கும் ஓர் உறவு இருக்கிறது என்று சொல்லப்படக் கூடிய வகையினைச் சார்ந்தது. அந்தவகையில் ஒரு மனிதனுடைய ஆன்மீகத்துக்குக் குறுக்கே வருவதாக இந்தச் சட்டம் வந்திருக் கிறது. பாரம்பரியமானது நமது மரபு. இந்த நாட்டிலிருக்கிற மக்களில் 90 விழுக்காட்டினர் புலால் உண்ணுகிறவர்கள் என்பது பழைய கணக்கு. புலால் உண்ணாதவரும் இப்போது புலால் உண்ண வந்துவிட்டார்கள். விஞ் ஞானப் பாடத்தில் கற்றுத் தருவார்கள், ‘மனிதன் ஒரு ஹெர்பிவரஸ், கார்னிவரஸ் எல்லாம் கலந்த கலவை’ என்று. புலால் உண்ணுவதற்கு அரசு தடைவிதித்திருக்கிறதா என்றால் இல்லை. உயிர் செகுக்காமல் உண்ண முடியாது.

கொல்லாதே, புலால் உண்ணாதே என்று இந்த நாட்டில் முதன்முதலாகப் பேசியவர் திருவள்ளுவர். "அவி சொரிந்து ஆயிரம் வேட்டலின் ஒன்றன் உயிர் செகுத்து உண்ணாமை நன்று" என்றார் அவர்.

திருவள்ளுவரைக் காலம்தோறும் தலையில் வைத்துக் கொண்டாடிய தமிழர்கள், இந்த உணவு சம்பந்தப்பட்ட விஷயத்தில் மட்டும் (இரண்டு அதிகாரங்களை கள் உண்ணாமை, மற்றொன்று புலால் உண்ணாமை) காலம் தோறும், ஆண்டுதோறும், நாள்தோறும் நிராகரித்து வந்திருக்கிறார்கள்; இதுதான் உண்மை. இப்போது எங்கே பிரச்சனை வருகிறது? உண்ணக் கூடாது என்று அரசு சொல்கிறதா என்றால், இல்லை. உயிர் செகுக்கலாமாம்; ஆனால் அதை எந்த இடத்தில் செகுப்பது என்று கேட்டால், அரசு சொல்கிற இடத்தில்தான் அதைச் செய்ய வேண்டுமாம்.

ஒவ்வொருவருக்கும் ஒரு 'வெளி' இருக்கிறது. அந்த வெளி பற்றிய உத்தரவாதத்தைக் காலங்காலமாகப் பண்பாடு தந்திருக்கிறது. பெருந்தெய்வக் கோவிலின் உள்ளே இருக்கிற அந்த ஆறடிக்கு, ஆறடி கர்ப்பக்கிரகத்தைப் பிராமணர்களுக்கு மட்டுமே அரசியல் சட்டம் உத்தரவாதம் செய்து தந்திருக்கிறதல்லவா, அது மாதிரி ஒரு 'வெளி'யை அரசு எனக்கு உத்தரவாதம் செய்து தரவேண்டும். செய்துதரா விட்டாலும், நான் காலங்காலமாக அனுபவிக்கக் கூடிய என்னுடைய வெளி அது என்பதில் எனக்கு உரிமை வேண்டும்.

நம்முடைய மரபும் நம்முடைய வேர்களும் உயிர்ப்பலி கொடுப்பதில் இருக்கிறது. உலகம் முழுக்க உயிர்ப்பலி கொடுக்கக் கூடாது என்று சொன்ன ஒரே மதம், ஒரே சிந்தனை கி.மு. ஆறாம் நூற்றாண்டில் இந்தியாவில் பிறந்தது; தமிழ்நாட்டுக்கும் அதே நூற்றாண்டில் வந்துவிட்டது. அதுவரை பார்ப்பனர்கள் அனைவரும் புலால் உண்டார்கள். வேதத்தின் வழியே,

எல்லாவகையான உயிர்களையும் இவர்கள் பலியிடப் போய்த்தான் புத்தர் கொல்லாமையைப் பேசினார்; புலால் உண்ணாமையைப் பேசவில்லை. நம்முடைய மரபு என்ன? சைவம், வைணவம் போன்ற ஆகம நெறிக்குட் பட்ட கோயில்களெல்லாம் உருவாவதற்கு முன்னால் நம்முடைய முன்னோர்கள், இன்றைக்கு ஆகம நெறிக்குள் கொண்டுவந்து நிறுத்தப்பட்டிருக்கிற முருகனை எப்படி வணங்கினார்கள்? 'மறிக்குரல் அறுத்து, தினைப் பிரப்பு இரீஇ' வணங்கினார்கள். 'தோப்பிக் கள்ளொடு துரூஉப் பலிகொடுத்து' என்பது சங்க இலக்கியம். ஆட்டைப் பலி கொடுத்து இரத்தப்படையலிட்டு வணங்கினார்கள். அப்படித்தான் நம்முடைய இலக்கியங்கள் பேசுகின்றன. முருகன் ஏதோ காரணமாகக் கடைசியில் அதைவிட்டு விட்டார்; அல்லது பார்ப்பனப் பெண்ணான அவரது இரண்டாவது மனைவி காரணமாக இருக்கலாம். இன்று முருகன் கோயில்களில் இரத்தப்பலி இல்லை. ஆனால் இன்னும் ஆட்டு வாகனம் இருக்கிறது; மறந்துவிடக்கூடாது. அதில் என்ன வருகிறது என்று கேட்டால் சுடலை ஆண்டவர் கோயில் பூசாரி சொன்ன மாதிரி, புலால் உண்ணாதவர்களெல்லாம் மேல் சாதி, புலால் உண்ணுகிறவர்கள் கீழ் சாதி என்று சொல்லப்படுகிற இந்து சமூகத்தை இரண்டாகப் பகுத்துக் காட்டுகிறார். 'வெளி' பற்றிய பிரச்சனையில் இன்னொன்றை நாம் கவனிக்க வேண்டும். கடவுளுக்கு ஓர் உயிரைப் பலி கொடுத்து உண்ணுவது உலகளாவிய வழக்காகும். எல்லா உயிரையும் கடவுளுக்குப் பலிகொடுத்துதான் உண்ணவேண்டும் என்பது முஸ்லிம்களுடைய கருத்து; அதுதான் புனிதமான உணவு என்று அவர்கள் உறுதி செய்கிறார்கள். புளியம்பட்டி அந்தோணியார் கோயிலிலேயும் ஆடு வெட்டத்தான் செய்கிறார்கள். எனவே அது இந்து சமூகத்தின் மீது மட்டும் திணிக்கப்படுகிற விசயம் அன்று. உண்மையான இந்து சமூகமாக்கப் பின்னப்படுகிற ஒரு சதியாகத்தான் நான் இதைக் கருதுகிறேன்.

இரத்தப்பலி கொடுக்கும் இந்தப் பெருந்திரளான மக்கள் கூட்டம் இந்துக்கள் அல்ல. ஏனென்றால் இந்து என்பதற்கான வரைவிலக்கணம் இவர்களுக்குப் பொருந்தாது. ஒரு புனித நூல் கிடையாது. 'ஒரு கடவுள்' கோட்பாடு கிடையாது. தெய்வம்தான் உண்டு; ஆகம நெறி கிடையாது. வணங்குபவர்க்கும் வணங்கப்படுபவருக்கும் இடையிலே வேறு எதுவும் கிடையாது, ஆத்மார்த்தமான உறவு தவிர. இந்த ஆத்மார்த்த உறவை, இந்த நாட்டுச் சைவம் கூட ஒத்துக் கொண்டிருக்கிறது. கண்ணப்பன் கடவுளுக்குக் கறி கொடுக்கிறபோது எப்படிக் கொடுத்தான்? பன்றிக் கறியை அவித்து, அதுவும் நன்றாக வெந்திருக்கிறதா என்று வாயினாலே சுவைத்துப் பார்த்து, அதற்குப் பிறகு சிவபெருமானுக்குக் கொண்டுபோய் வைக்கிறான். சிவபெருமான் அதை ஏற்றுக்கொண்டார் என்பதுதானே வரலாறு. இறைவனுக்குத் தான் உண்ணுவதை மட்டுமே ஒரு மனிதன் கொடுக்க முடியும். தமிழ்நாட்டில் எங்கேயாவது ஒட்டகம் பலி கொடுக்கிறார்களா? இல்லையே! நான் என்ன உண்ணுவேனோ அதுதான் என் கடவுளின் உணவு. நான் என்ன உடுப்பேனோ அதுதான் என் கடவுளின் உடை. என்னுடைய கடவுள் என்னைப் போல மீசை வைத்திருக்கும். ஒருவரிடம் மீசை இல்லையெனில் கடவுளும் மீசை இல்லாமல் இருப்பார். என்னுடைய தெய்வத்திற்கு என்ன உணவு என்பதை நான் தீர்மானிக்க வேண்டும். ஏனென்றால், எங்களுடைய உறவு ஆத்மார்த்தமான உறவு. எங்கள் வீட்டின் பக்கத்தில் ஓர் அம்மன் கோயில் இருக்கிறது. அந்த அம்மன் எங்களுக்குத் தாயாரைவிட மேலான தாயார். ஏன் தாயார்? அவள் என்னைப் போலப் புலால் உண்ணுவாள். தாய்க்கோழியைப் போல கோபப்படுவாள். தீமைக்கெதிராகக் கையிலே கடக்கென்று ஆயுதத்தைத் தூக்குவாள். பிள்ளைகளைக் காப்பாற்ற ஆயுதத்தை எப்போதும் பயன்படுத்துகிற நிலையிலேயே வைத்திருப்பாள். நான் இறந்து போனால் கதவை மூடி உண்ணாமல் இருப்பாள். என்னுடைய பிணம் அந்த

தொ. பரமசிவன்

வழியாகப் போனபிறகுதான் கதவைத் திறந்து குளித்து விட்டுச் சாப்பிடுவாள். இதுதானே என்னுடைய ஆன்மீகம். நாட்டார் சமயத்தில் ஆத்மார்த்தமான உறவு தெய்வத்திற்கும் மனிதனுக்குமானது என்பது இதுதான். இந்த உறவுக்குள் அரசாங்கம் ஏதோ காலாவதியாகிப்போன ஒரு சட்டத்தை எடுத்துக்கொண்டு மூக்கை நுழைக்கிறது என்பது நமது கவலை.

நாட்டார் தெய்வ வழிபாடுதான் பெண்ணையும் தெய்வத்தின் பிரதிநிதியாக (சாமியாடியாக) அங்கீகரித்திருக் கிறது. இரத்தப்பலி பெறும் தெய்வங்களிலும் சரிபாதிக்குமேல் பெண் தெய்வங்கள். இரத்தப்பலி கொடுக்கும் இந்த வழிபாட்டில் தெய்வத்திற்கும் மனிதனுக்கும் இடையிலே நிற்கிற பூசாரி எளியவனாகவும் இருக்கிறான்; ஏழையாகவும் இருக்கிறான். குறிப்பிட்ட சில மணிநேரங்கள் மட்டும் அவன் கையில் ஆன்மீக அதிகாரம் தரப்படுகின்றது. அதுவும் ஓர் அடையாளமாக, குறியீடாக மட்டும்தான்.

எனவேதான் சொல்கிறோம், உயிர்ப்பலித் தடைச்சட்டம் நாட்டார் பண்பாட்டின் மீதும் அதன் சனநாயகத்தன்மை மீதும் தாக்குதல் நடத்த முன்வருகிறது. அரசு அந்தச் சட்டத்தைப் பெரும்பாலான மக்களின் உணர்வுகளுக்கு மதிப்புக் கொடுத்துத் திரும்பப் பெற வேண்டும்.

தீயின் தாக்குதலில்.. என்ற தலைப்பில் ஆனந்தவிகடனில் வெளியான மதன் கட்டுரை பார்ப்பனிய ஆன்மீகச் சிந்தனையின் வெளிப்பாடாகும். வேதகாலக் கடவுள்களைப் பட்டியலிட்டுப் பார்த்தால் பல செத்துப்போனது தெரியவரும்; சமூக வளர்ச்சிப் போக்கில் அவை தேவையில்லாமல் போய்விட்டன என்பதே இதன் பொருளாகும். முதல்மட்டக் கடவுள்கள், இரண்டாம் மட்டக் கடவுள்கள் என்று பார்த்தது ஆன்மீக அதிகாரம் பெற்ற பார்ப்பனியமே தவிர எளிய மக்களின் ஆன்மீகம் அல்ல.

நரபலியின் கொடுமைகளை விவாதிப்பதாக அமைவது என்று தோன்றினாலும் அதற்குக் குறையாத அருவருப்பு உணர்வினை நாட்டார் வழிபாட்டின் மீது பாய்ச்சுவதாகவே இக்கட்டுரை அமைகிறது. நாட்டார் ஆன்மிகத்தின் தகுதிப்பாட்டினை அதற்கு வெளியிலே நிற்பவர்களால் முழுமையாக உணரமுடியாது.

வல்லினம், ஆகஸ்ட் 03 – ஜனவரி

தொ. பரமசிவன்

இராமர் பாலம்

சேது என்பது வடமொழிப் புராணங் களின்படி, இந்தியாவின் தென்எல்லை. வடவேங்கடத்திலிருந்து தென்குமரிவரை, காஷ்மீர் முதல் கன்னியாகுமரிவரை என்றெல்லாம் நாம் குறிப்பிடுவதைப் போல பழங்காலத்தில் வடநாட்டவர்கள் பயன்படுத்திய வார்த்தை இது. இந்த எல்லை வரையறை வெறும் புராண மரபுகளின்படி தான் சொல்லப்பட்டு வந்ததே தவிர, இது அறிவியல் ரீதியான முடிவு அல்ல. இமயமலை முதல் சேதுவரை உள்ள பகுதிகள்தான் இந்தியா என்றால், சேதுவுக்கு அப்பால் பரந்து விரியும் மதுரை, திருநெல்வேலி, வைகை, தாமிரபரணி நதிகள் எல்லாம் வேறு நாட்டிலா இருக்கின்றன? அந்தக் காலத்தில் சேதுவைப் பற்றியும் இந்தியாவின் எல்லைகள் பற்றியும் வடநாட்டவர்கள் இப்படித்தான் புரிந்துகொண்டிருந்தார்கள்.

புவியியல்ரீதியாக இந்தியாவின் உண்மையான எல்லை குமரிமுனை என்பது இருபதாம் நூற்றாண்டில்தான் பெருவாரியான வடஇந்திய மக்களுக்குத் தெரியும்.

இந்தத் தெளிவு பிறப்பதற்கு முன்னால் வடநாட்டவர்களிடம் காணப்பட்ட தவறான நம்பிக்கைகளை இப்போது இராமர் பால விவகாரத்தில் ஆதாரங்களாகக் கொள்வது ஏற்புடையதல்ல. வரலாற்றுக்கு ஆதாரங்கள் உள்ளன. தொன்மத்தை மட்டுமே தாங்கிப்பிடித்துக்கொண்டிருப்பவை புராணக் கதைகள். சிவனின் திருமணத்துக்கு வந்த கூட்டத்தைத் தாங்கமுடியாமல் வடபகுதி தாழ்ந்து, தென்பகுதி உயர்ந்தது; தென்பகுதியைச் சரி செய்ய அகத்தியர் பொதிகை மலைக்கு வந்தார் என்பது வரலாற்றுச் செய்தி அல்ல. இந்தத் தொன்மக் கதையை நாம் உண்மையென்று நம்ப முடியுமா? இராமர் பாலம் கட்டினார் என்ற புராணக் கதையையும் இப்படித்தான் அணுகவேண்டும்.

அது இராமர் பாலமா, மணல் திட்டா என்ற விவாதத்தில் தொன்மங்களை ஆதாரங்களாகப் பயன்படுத்தினாலும்கூட, தமிழர்களின் இராமருக்கும் வடநாட்டவரின் இராமருக்கும் எவ்வளவோ வேறுபாடுகள் இருக்கின்றன. கம்பர் எழுதிய இராமாயணம் இராமர் பிறந்ததில் ஆரம்பித்து, அவருக்குப் பட்டாபிஷேகம் நடப்பதோடு முடிந்துவிடுகிறது. ஆனால் வடமொழியில் எழுதப்பட்ட பெரும்பாலான இராமர் கதைகளில் சீதையை நிலம் பிளந்து விழுங்குவதும் இராமர் சரயு நதியில் விழுந்து தற்கொலை செய்து கொள்வதும்தான் முடிவு. இராமர் தற்கொலை செய்துகொள்வதாகக் காட்டுவது நம் மரபுக்கு உவப்பானதாக இருக்காது என்று கம்பர் அந்த முடிவைப் பயன்படுத்தவில்லை. தமிழில் இராமரின் முடிவைப் பாடிய ஒரே ஒரு புலவர் பாரதியார் மட்டும்தான். 'பலர் புகழும் இராமனுமே ஆற்றில் வீழ்ந்தான், பார் மீதில் நான்

சாகாதிருப்பேன் கண்டீர்' என்று பாரதியாரால்தான் பாடமுடிந்தது.

தமிழகத்தில் ஒன்றாகவும் வட இந்தியாவில் இன்னொன்றாகவும் சொல்லப்படும் தொன்மத்தைச் சாட்சியாக இராமர்பாலம் பிரச்னையில் பயன்படுத்த முடியாது.

குமுதம்

சாதிய ஆய்வுகள் நேற்றும் இன்றும்

தெற்காசிய நாடுகளில் மரபுவழிச் சமூகங்களில் மனிதனைப் பிறப்பின் வழியே பிரித்துப்பார்க்கும் போக்கு நிலைபெற்று விட்ட ஒன்று. உலகின் அனைத்து நாடுகளிலும் காணப்படுகின்ற இந்தப் போக்கு ஒப்பீட்டளவில் இந்தியத் துணைக்கண்டத்தில் மிகுதி. அதிலும் குறிப்பாகத் தென்னிந்தியாவில் தென்னிந்தியச் சாதி அமைப்புமுறை மிக ஆழமானது; மிக நுணுக்கமானதும் கூட. அதனால் ஐரோப்பியக் காலனியவாதிகள் வடநாட்டை விட தென்னாட்டின் சாதிகளைப் பற்றியும் சாதி அமைப்பு முறை பற்றியும் அறிய அதிக அக்கறை செலுத்தினர்.

காலனியவாதிகளின் நோக்கம் வேறாக இருந்தாலும் சாதிகளைப் பற்றிய எழுத்துகளை படிப்புத் துறையாக மாற்றியது அவர்கள்தான்.

Abbe.J.A. Dubois தொடங்கி ராபர்ட்சன், இப்பட்சன், கூம்பஸ், எட்கர் தர்ஸ்டன் என்று விரிந்து ஜே.ஹெச். ஹட்டன் வரை

தொ. பரமசிவன்

இத்துறையில் ஐரோப்பியர்களின் நீண்ட பெயர்ப் பட்டியல் ஒன்றுண்டு. இவற்றில் கடைசியாகக் குறிப்பிடப்படுபவர் ஜே.எச். ஹட்டன். இவரின் *Caste in India* என்ற நூலை ஆக்ஸ்போர்டு பல்கலைக்கழகத்தின் மானுடவியல் துறை தனது பாடப்புத்தகமாக வைத்துள்ளது. மேல்கீழாக அடுக்கப்பட்டுள்ள சாதிமுறைகளை *European Orientalist* எனப்பட்ட கீழ்த்திசைவாணர்கள் முதலில் வியப்போடு பார்த்தார்கள். பின்னர் 'சாதிமுறை என்பது மரபுவழி அதிகாரக் கட்டுமானம்' என்பதனை உணர்ந்தார்கள். தங்கள் காலனிய ஆட்சி அதிகாரத்தை நிலைப்படுத்திக் கொள்ளவேண்டிய தேவை அவர்களுக்கு வந்தபோது சாதி அதிகாரத்தின் உச்சியிலிருந்த முதல் இரண்டு அல்லது மூன்று சாதிகளைத் தங்களுடைய அதிகாரத்தின் பக்கம் இழுத்துக்கொண்டனர். இந்திய மேல்சாதிக்காரர்களுக்குத் தொடக்கக் கட்டத்தில் ஆங்கிலேய அதிகாரத்தின் 'கோ மாமிசம்' கொஞ்சம் நெருடலாக இருந்தது. பிறகு இவர்களும் அவர்களை நோக்கி நகரத் தொடங்கினார்கள். பெரும்பான்மை மக்கள்திரள் பல்வேறு சிறுசாதி களாகப் பிரிந்துகிடந்தது ஆட்சியாளர்களுக்கும் மேல்சாதிக்காரர்களுக்கும் வசதியாகப் போய்விட்டது. பார்ப்பனர்கள், பார்ப்பனரை அடுத்த மேல்சாதி என்னும் இரண்டு மேல்சாதியினரும் பெரும்பாலும் இந்தியாவின் எல்லாப் பகுதிகளிலும் காலனிய அரசாங்கம் தந்த பதவிகளையும் அதிகாரங்களையும் சுகங்களையும் சுவைக்கத் தொடங்கினார்கள்.

தமிழ்நாடு மட்டும் இந்தப் பொதுவிதியிலிருந்து கொஞ்சம் விலகியிருந்தது. 19ஆம் நூற்றாண்டின் பிற்பகுதியில் தமிழ்நாட்டில் கணிசமான அளவு சாதிப்பத்திரிகைகள் வெளிவந்தன. அந்தக் காலப் பகுதியில் பார்ப்பனர்கள், பார்ப்பனரை அடுத்த மேல் சாதி, இடைநிலைச் சாதியார், ஒடுக்கப்பட்ட சாதியார் என நான்கு தரப்பிலிருந்தும் பத்திரிகைகள் வெளிவந்ததைப் பார்க்கின்றோம். பார்ப்பனருக்கும் பார்ப்பனரையடுத்த மேல்சாதிக்கும்

இடையில் பெரிய முரண்பாடு தோன்றியதும் அந்த முரண்பாடு எழுத்துலகத்தில் வெளிப்பட்டதும் தமிழ்நாட்டில்தான். பார்ப்பனருக்கும் வேளாளருக்குமான இந்த முரண்பாடு இடைநிலைச் சாதியாருக்குத் தாங்கள் எழுச்சிபெறப் பேரூக்கம் அளித்தது. தங்கள் சாதிப் பெருமையினை நிலைநாட்ட எல்லாச் சாதிகளும் எழுத்துலகத்திற்குள் புகுந்தன. இதில் மிகப்பெரிய வெற்றி பெற்றவர்கள் பார்ப்பனர்கள்தான். அவர்களுக்குள் பல உட்சாதிகள் இருந்தாலும் 'இந்திய தேசியம்' என்னும் அரசியல் அடையாளத்தையும் 'இந்து' என்னும் மத அடையாளத்தையும் அவர்கள் தங்களுடைய சாதி அடையாளமாக மாற்றிக்கொண்டனர். அதன் விளைவாகப் பார்ப்பனர்களுக்குச் சாதியும் மதமும் ஒன்றாயிற்று. ஆனால் மற்ற எல்லாருக்கும் சாதி அடையாளமே முதன்மையாயிற்று. 'கிறித்தவரானாலும் நாங்கள் வேளாளர்களே' என்று தங்கள் சாதி மேலாண்மையைத் தக்கவைத்துக்கொள்ள அவர்கள் முயற்சிசெய்தார்கள். சீர்திருத்தத் திருச்சபையைச் சார்ந்த பாளையங்கோட்டை முத்தையா பிள்ளை 'வேளாளர் சாதி ஆசாரம்' என்ற நூலினை வெளியிட்டார். திருச்சபைக்குள் நாடார்களை விடத் தாங்கள் உயர்ந்த சாதியார் என்பதனைக் காட்டுவதே அதன் நோக்கமாக இருந்தது. 1907இல் எட்கர் தர்ஸ்டனின் புகழ்பெற்ற தொகுப்பு நூலான *Castes and Tribes of Southern India* ஏழு தொகுதிகளாக வெளிவந்துள்ளது. அவருக்கு உதவியாக இருந்தவர், ரெங்காச்சாரியார் என்ற வைணவப் பார்ப்பனர் ஆவார். போக்குவரத்து வசதிகள், மின்வசதிகள் இல்லாத அக்காலத்தில் பெரும்பாலும் வருவாய்த் துறை ஊழியர்களைக் கொண்டே அந்நூலுக்கான தரவுகள் திரட்டப்பட்டன. அன்று வருவாய்த் துறையில் எழுத்தறிவு பெற்ற அலுவலர்களாகப் பெரும்பாலும் உயர் சாதிக்காரர்களே இருந்தனர். கிராம நிர்வாகத்தைக் கையில் வைத்திருந்த கணக்குப் பிள்ளைகளும் மேல்சாதிக்காரர்களே. எனவே இத்தொகுப்பு நூல்

மேல்சாதிக்காரப் பார்வையிலேயே தொகுக்கப்பட்டது என்பது தெளிவு.

இந்நூலின் மற்றொரு பெரும் குறைபாடு ஒரே சாதிப்பெயரைப் பகிர்ந்துகொள்ளும் பல்வேறு உட்பிரிவுகளை இவை கணக்கில் எடுப்பதில்லை. வட்டார வேறுபாடுகளையும் இந்த நூல் முழுமையாகப் பேசவில்லை.

ஒரு சாதித்திரள் என்பது குறிப்பிட்ட நிலப்பகுதியோடும் தொழிலோடும் சடங்குகளோடும் தொடர்புடையது. அத்துடன் அந்த வட்டாரத்தில் வாழும் மற்ற சாதியாரும் ஒரு குறிப்பிட்ட சாதியரின் இருப்பினையும் பொருளியல் வாழ்வினையும் சமூக நிலையினையும் தீர்மானிக்கின்றனர். எனவே ஒரு குறிப்பிட்ட சாதிப்பட்டத்தினைத் தாங்கி நிற்கின்ற மக்கள் கூட்டம் தென்னிந்தியா முழுவதும் அல்லது தமிழ்நாடு முழுவதும் ஒத்த சமூக வாழ்நிலையினை உடையது என்பதே தவறான கருதுகோளாகும். தமிழ்நாட்டின் பெரும்பான்மையான சாதியார், மக்கள் தாய முறையினையே பின்பற்றி வருகிறார்கள். ஆனால் தமிழ்நாட்டின் ஒவ்வொரு மாவட்டத்திலும் ஏதேனும் ஒரு சாதியார் அல்லது சாதியின் உட்பிரிவினர் மருமக்கள் தாயமுறையைப் பின்பற்றுவோராய் இருக்கின்றனர். இவர்களைக் குறித்த தொகுப்பு ஆய்வோ, தனித்த ஆய்வோ இதுவரை வெளிவரவில்லை.

மின்சாரம், போக்குவரத்து, நகர வளர்ச்சி ஆகிய வசதிகள் காரணமாகக் கடந்த நூறு ஆண்டுகளாகத் தங்கள் மரபுத்தொழிலை முற்றிலுமாக இழந்துபோன சாதியார் பிற சாதிகளுக்குள் கரைந்துபோனார்கள். இவ்வகையான சாதிக்கரைப்பு குறித்த ஆய்வுகள் எதுவும் இதுவரை வெளிவரவில்லை. பார்ப்பனர் வருகைக்கு முன்னரும் தமிழ்நாட்டில் சடங்கியல் தலைமையேற்ற சாதிகள் சில இருந்தன. ஆனால் இவர்கள் அதிகாரப்பலமற்ற பூசாரிச் சாதிகள். தென்தமிழ்நாட்டில் இவ்வாறு சடங்கியல் தலைமையேற்ற (புரோகித) சாதியராகப் பாணர்,

பறையர், கணியார், நாவிதர், வண்ணார் ஆகியோரைக் குறிப்பிடலாம். தமிழ்நாட்டின் எல்லாப் பகுதிகளிலும் இவ்வகையான சாதியார் இருந்தனர். காலனிய ஆட்சியின் இறுதிக்கட்டம்வரை அவர்கள் ஒவ்வொரு வட்டாரத்திலும் சிறுசிறு குழுக்களாகத் தங்களது சடங்கியல் தளத்தினைத் தக்கவைத்துக் கொண்டனர். இவர்களைப் பற்றிய ஆய்வுகள் இதுவரை வெளிவரவில்லை.

இந்த இடத்தில் இருபதாம் நூற்றாண்டுத் தமிழ்நாட்டின் இயக்கச் செயல்பாடுகள் குறித்துச் சொல்ல வேண்டியுள்ளது. 1950வரை தேசிய, பொதுவுடைமை இயக்கங்கள் தமிழ்ச் சமூக மாறுதல்களைச் சாதிசார் நோக்கில் கணக்கிட முற்படவில்லை. இத்தனைக்கும் தஞ்சை மாவட்டத்தில் பொதுவுடைமைக் கட்சி 'பள்ளர் கட்சி' என்றே அடையாளம் காட்டப்பட்டது. இருந்தாலும் சாதி சார் அடையாளத்தை மறைத்தாலே போதும் என்று பொதுவுடைமைக் கட்சிகள் செயலாற்றின. பெரியாரின் தலைமையிலான திராவிட இயக்கம் மட்டுமே சமூக எழுச்சி என்பது தமிழ்நாட்டில் சாதிச் சங்கங்களை அலகுகளாகக் கொண்டது என்ற கருத்தியலோடு இயங்கியது. மேல்சாதிகளைத் தவிர்த்த எல்லாச் சாதிச் சங்கங்களின் கூட்டங்களும், மாநாடுகளும், தீர்மானங்களும் பெரியாரின் 'குடியரசு' இதழில் செய்தியாக்கப் பட்டன. அன்றைய சூழ்நிலையில் சாதி எல்லையினை மீறிய தனிநபர் இயக்கங்கள் சாத்தியமில்லை என்ற ஓர்மை அவர்களிடம் இருந்தது. (இந்தச் சாதிச் சங்கங்களின் எழுச்சி, எண்ணிக்கை சிறுத்த சாதியரை ஓரங்கட்டிய அவலத்தை வேறொரு கட்டுரையில் காணலாம்.) 1950க்குப் பிறகே தனித்த ஒரு சாதி குறித்த நுட்பமான ஆய்வுகள் சில வெளிவரத் தொடங்கின. அவ்வேளையில் உசிலம்பட்டி பிறமலைக் கள்ளர் குறித்த லூயி துமோன் செய்த ஆய்வு குறிப்பிட்டுச் சொல்லப்பட வேண்டியது. தென்தமிழ்நாட்டின் தரகு மூலதனச் சாதியினரான நாடார்கள் குறித்து ஹார்ட் கிரேவ் ஆராய்ந்தார்.

பின்னர் கோவை மாவட்டத்து நிலவுடைமைச் சாதிகளை பிரண்டா பெக் ஆராய்ந்தார். ஒடுக்கப்பட்ட மக்கள் குறித்த ஆய்வில் மைக்கேல் மொபிட், டேவிட் வீச் ஆகியோரது பங்களிப்புகளும் குறிப்பிடத்தகுந்தன.

தமிழில் அறுபதாண்டுகளுக்கு முன்னர் வேங்கடசாமி நாட்டார் எழுதிய ‘கள்ளர் சரித்திரம்’ குறிப்பிடத் தகுந்த வரலாற்று ஆய்வுநூலாகும். பின்னர் தமிழில் வெளிவந்துள்ள ‘நாடார் வரலாறு’ (மோசஸ் பொன்னையா), ‘வரலாற்றில் வேளாண் குடிகள்’, தங்கராஜ் எழுதிய ‘பள்ளர் யார்?’, தேவ ஆசீர்வாதம் எழுதிய ‘மூவேந்தர் யார்?’ முதலிய நூல்கள் ஓரளவு வரலாற்று ஆய்விற்கான தரவுகளைக் கொண்டுள்ளன. இவையன்றி ஒவ்வொரு வட்டாரத்திலும் வாழும் தனித்தன்மையுடைய சிறிய சாதித்திரள்கள் தம் குழுவைப் பற்றிய வரலாற்று நூல்களைத் தமிழ்நாட்டில் நிறையவே வெளியிட்டுள்ளன.

மேற்குறித்த முயற்சிகளைத் தவிரத் தமிழ்நாட்டில் கடந்த நூற்றைம்பது ஆண்டுகளில் உருவான சமூக, அரசியல் மாற்றங்களில் சாதிக் குழுக்கள் எவ்வாறு தங்களைத் தற்காத்துக்கொண்டன அல்லது வாழ்விழந்தன என்பது குறித்த ஆய்வுகள் நிகழ்த்தப்படவில்லை. கடந்த பதினைந்து ஆண்டுகளாகத் தமிழ்நாட்டில் ஓரளவு எண்ணிக்கை வலிமையுடைய எல்லாச் சாதிகளும் அரசியல் அதிகாரத்தைக் கைப்பற்றுவது அல்லது அதிகாரத்தில் தங்கள் பங்கைப் பெற்றுக்கொள்வதில் முனைப்பு காட்டி வருகின்றன. *1996, 2001*இல் நடைபெற்ற சட்டமன்றத் தேர்தலில் இந்த முனைப்பு வெளிப்படையாகவும் வேகமாகவும் வெளிப்பட்டிருந்தது. *2001* தேர்தல்களில் சாதிக்கட்சிகள் வெளிப்படையாகவே தங்களை அடையாளம் காட்டின. காலங்காலமாய் ஒடுக்கப்பட்ட மக்களின் சாதிக் கட்சியன்றி மற்ற அனைத்துச் சாதிக் கட்சிகளிலும் சாதி அல்லாத கட்சிகளிலும் தங்கள் சாதித்திரள் குறித்த விஞ்ஞானப்பூர்வமான பார்வையோ

செயல்திட்டமோ இல்லை. மாறாக 'மிக விரைவாகப் பணம் சேர்க்கும், வழிமுறைக்கான கருவியாகவே இவர்களின் அரசியல் அதிகார வேட்கை அமைந்திருந்தது. மதுக்கடை உரிமம், அரசு வணிக வளாகத்தில் கடை பெறும் உரிமம், சந்தைகள், வாகன நிறுத்தங்கள் – கட்டணக் கழிப்பறை ஆகியவற்றை ஏலம் எடுக்கும் திறன், பாலங்களில் சுங்க வரி வசூலிக்கும் உரிமம், கல் குவாரிகளில் ஏலம் எடுக்கும் உரிமை, அரசு கட்டட அல்லது சாலை ஒப்பந்தங்கள் ஆகியவையே குறுகிய காலத்தில் நிறையப் பணம் சம்பாதிக்கும் வழிவகைகளாக அடையாளம் காட்டப்பட்டன.

மரபுவழித் தொழிலை நவீனப்படுத்துவதிலோ புதிய சிறு தொழில்களைத் தொடங்குவதிலோ சாதிக்கட்சித் தலைவர்களுக்கு நாட்டமுமில்லை, திட்டமுமில்லை. இந்தப் பெரிய சாதி அலைகள் திரண்டு எழுகின்றபோது வண்ணார், மருத்துவர், பூக்கட்டுவோர் முதலிய சேவைச் சாதியார் கண்ணிற்குத் தெரியாமலேயே போய் விட்டனர். எண்ணெய் ஆட்டுபவராகிய மரபுவழித் தொழில் செய்தோர், பெரிய மூலதன நிறுவனங்களிடம் தங்கள் வாழ்விற்கான பொருளாதாரத்தைப் பலி கொடுத்துவிட்டனர்.

நுண்அலகாக எடுத்துக்கொண்டு பேசுவதானால் தமிழ்நாடு முழுவதும் வாழும் 'வேளார்' (குயவர்) எனப்படும் சாதி மரபுவழிப் பொருளாதாரத்தை முற்றிலும் இழந்துவிட்டது. இதனை விட நுண் அலகாக ஒன்றை எடுத்துப்பார்க்கலாம். ஈர்க்குப் புல், தென்னை ஈர்க்கு, பனைமரத்தின் கொளுஞ்சி, பிறவகைப் புற்கள் இவற்றைக் கொண்டு பெருக்குமாறு (விளக்குமாறு அல்லது கூடுமாறு) செய்து விற்று வாழ்ந்த மக்கள் பிளாஸ்டிக் விளக்குமாறு, பெரிய நிறுவனங்களால் அறிமுகப்படுத்தப்பட்டதும் வறுமையின் மடியில் தள்ளப்பட்டனர். இவர்களில் பெரும்பாலோர் 'நாட்டுக்குறவர்' எனப்படும் எளிய சாதியர். இவ்வாறு பெரு மூலதன வரவுகளில் தம்

வாழ்க்கையைத் தொலைத்துவிட்ட நூற்றுக்கணக்கான சாதியர் பற்றித் தனித்தனியான ஆய்வுகள் தேவை.

அண்மைக்காலமாகத் தமிழ்நாட்டில் தலித் இயக்கங்கள் எழுச்சிபெற்று வருகின்றன. 'தலித்' என்ற சொல்லையே ஒடுக்கப்பட்ட மக்களில் ஒரு சாராரும் அவர்களின் அரசியல் தலைமையும் ஏற்றுக்கொள்ளவில்லை. ஆனால் மகிழ்ச்சிக்குரிய செய்தி என்பது ஒடுக்கப்பட்ட மக்களின் புதிய எழுச்சிக் குரலாகும். இவர்களின் முயற்சியால் அரசியல் இதழ்களும் இலக்கியச் சிற்றிதழ்களும் நிறையவே வெளிவருகின்றன. இவற்றின் குரல்களில் இரண்டினை மட்டும் இங்கு நான் பதிவு செய்தாக வேண்டும். ஒன்று, திராவிட இயக்கத்தின் மீதும் பெரியார்மீதும் முன் வைக்கப்படும் எதிர்மறையான விமர்சனங்கள். இந்த வகையான விமர்சனங்கள் அரசியல் தலைமையிலிருந்து வரவில்லை. இலக்கியச் சிற்றிதழ்களில் மட்டும் 'அறிவு ஜீவிகளின்' குரலாக இது ஒலிக்கின்றது.

மற்றொன்று 'தலித்' என்ற சொல்லாட்சி அல்லது கருத்தியலை ஏற்றுக்கொள்ள மறுப்பது. இந்த மறுப்பு வட்டாரம் சார்ந்ததாகவும் சாதிகளின் உட்பிரிவுகள் சார்ந்ததாகவும் அமைகின்றது. எண்ணிக்கை பெருத்த ஒன்றிரண்டு பிற்படுத்தப்பட்ட சாதிகளோடும் வட்டாரம் சார்ந்த முரண்பாட்டினை ஒடுக்கப்பட்ட மக்களின் அரசியல் தலைமைகள் முன்னிறுத்துகின்றன. இதே நேரத்தில் எண்ணிக்கை சிறுத்த, பெரிய பிற்படுத்தப்பட்ட சாதிகளோடு முரண்பாடுகள் வேண்டாம் என்ற நிலைப் பாட்டினையும் அவை எடுக்கின்றன. ஆனால் சிற்றிதழ் அறிவு ஜீவிகள் இதுகுறித்து எவ்வகையான தன்னுணர்ச்சியும் கொண்டிருக்கவில்லை என்றே தோன்றுகிறது.

உலகமயமாக்கலின் காலடிகள் இந்தியப் பொருளாதாரத்தின் மீது பதிந்துவிட்டன. போக்குவரத்துச் செய்திகள், தொடர்புச் சாதன வசதிகள் மிக விரைவான வளர்ச்சியினைப் பெற்றுவிட்டன. பன்னாட்டுத் தளத்திற்கு

இவையெல்லாம் மிகப் பெரிய வலிமையாகிவிட்டன. நகரம், கிராமம் என்கின்ற பொருளியல்சார் சாதிக் கட்டமைப்புகள் உடையத் தொடங்கிவிட்டன. கிராமப் புறங்களில் சாதி சார்ந்த இடப்பங்கீடு சிதைவுறாமல் அப்படியேதான் இருக்கின்றது. கிராமத்தின் சமூக அதிகாரம் மேம்போக்காகச் சிதைவது போல் தோன்றினாலும் தன்னுடைய கொடுமையான முகத்தை அது அவ்வப்போது காட்டிக்கொண்டிருக்கிறது. ஒதுக்கப்பட்ட இடங்களிலேயே தலித் மக்கள் ஊராட்சித் தேர்தலில் போட்டியிட முடியாதநிலைதான் சமூக எதார்த்தம். புதிதாகப் பெறப்பட்ட அரசின் பெரிய பதவிகள், நகர்ப்புறத்துக் காலனிகள், ஆடம்பர வாழ்க்கை ஆகிய எதுவும் ஒடுக்கப் பட்ட மக்களின் வாழ்க்கையிலும் அவர்கள் சந்தித்த சமூக அவமானங்களிலும் பெரிய மாற்றங்களை உண்டாக்க வில்லை.

சமூக ஒடுக்குமுறையானது 'நாகரிகமான முறையில் நவீனமயப்படுத்தப்படுகிறது'. எனவே இந்தக் கட்டத்தில் சாதிய ஆய்வுகளை மேற்கொள்ளும் அறிஞர்களின் முன்னால் கடமையான பணிகள் காத்துக்கிடக்கின்றன. பின்வரும் கேள்விகளை அவை நமக்கு முன்னிறுத்துகின்றன.

1. பார்ப்பனீயம் என்பது மறைமுகமாக அதிகாரம் சார்ந்த கருத்தியலும் நடைமுறையும் ஆகும் என்பது உண்மைதானா?

2. திராவிட இயக்கத்தினைப் பிற்பட்ட சாதியார்போல ஒடுக்கப்பட்ட மக்கள் பயன்படுத்த முடியாமைக் கான சமூகக் காரணங்கள் யாவை?

3. பிற்பட்ட மக்களின் சாதிஉணர்வு சார்ந்த சமூக உளவியல் எந்த வகையில் சிதைக்கப்படும்? அதற் கான இயக்கப் பங்களிப்பு எவ்வாறு இருக்கக்கூடும்?

4. சாதி உட்குழுக்கள் சார்ந்த உயர்குடி மனப்பான்மை யினை எவ்வாறு எதிர்கொள்வது?

தொ. பரமசிவன்

இந்தக் கேள்விகளுக்கான விடைகள் மட்டுமே சாதிய ஆய்வுகளைச் சரியான தளத்திற்கு இட்டுச் செல்லும் என்று நம்புகின்றோம்.

நூல்கள்:

1. Moffatt Michael, *An Untouchable Community in South India.* Princeton University press, 1979.

2. David Ceidge - *The Parayar of Valhira Manickam*

3. Rober Hardgrave's study, *The Nadars Of Tamilnadu: The Political culture of a community in change,* 1969

4. Dumont Louis, *Homo Hierarchicus: The Caste System and Its Implocations,* 1970.

5. Dumont Louis, *South Indian Sub-caste: Social Organization and Religion of the Pramalai Kallar,* Translated by Michael Morton, Lewis Morton and Alice Morton, Revised by the author and A. Stern, Oxford University Press. 1986

6. Brenda E.F. Beck, *Peasant Society in Konku: Study of Right and left Sub Castes in South India,* 1972.

உலகமயமாக்கல் பின்னணியில் பண்பாடும் வாசிப்பும்

'பேசுகின்ற இடம் மதுரை; பேசப்படுகின்ற விசயம் புத்தகம். எனக்குக் கொஞ்சம் பயமாகத்தான் இருக்கிறது. ஏனென்றால், தமிழ்நாட்டில் எந்த ஊரில் அதிகமாகப் புத்தகங்கள் தோன்றின என்றால் மதுரையில்தான் அதிகப் புத்தகங்கள் தோன்றியுள்ளன. 'கலித்தொகை' என்னும் செவ்விலக்கியம் 'பாண்டியநாட்டு' இலக்கியம் என்றே அழைக்கப்படுகிறது. 'பரிபாடல்' என்ற செவ்விலக்கியத்துக்குப் பெயரே மதுரை இலக்கியம். அப்பேற்பட்ட ஊரிலே நின்று பேசுகிறேன் என்ற உணர்வு எனக்குத் தன்னியல்பாகவே உண்டு. இந்த ஊரின் நீரும் நெருப்பும்கூட தமிழ்ச்சுவை அறியும் என்கிறது ஒரு நூல்.

'உலகமயமாக்கல் பின்னணியில் பண்பாடும், வாசிப்பும்' என்னும் தலைப்பைக் கொடுத்திருக்கிறார்கள். புத்தகங்கள்

தொ. பரமசிவன்

என்பன வெறும் தாளும் மையும் மட்டுமல்ல. அதற்குள் எழுதியவனின் ஆன்மா இருக்கிறது. ஒரு செடியில் வேருக்கும் விழுதுக்கும் உள்ள தொடர்பு போன்றது புத்தகங்களுக்கும் வாசிப்பவனுக்குமுள்ள தொடர்பு.

புத்தகங்களின் மீது சமூகம் நடந்து போகிறது; நடந்து போவது என்றால் எழுதியவனின் மனநிலையை நாம் உணர்ந்துகொள்வது. எனக்கு, இங்குவந்து பார்த்ததும் மகிழ்ச்சியாக இருந்தது. சில ஊர்களில் சந்தை என்று போட்டிருப்பார்கள்; இங்கு புத்தகத்திருவிழா என்று போட்டிருக்கிறார்கள். திருவிழா என்பது கொண்டாடப்பட வேண்டியது. அதேபோல் புத்தகங்களும் கொண்டாடப்பட வேண்டியவை.

உலகமயமாக்கல் என்ற சொல்லே எனக்குப் புரியவில்லை. உலகை எப்படி உலகமயமாக்குவது? மதுரையை எப்படி மதுரை மயமாக்குவது? மதுரையை வண்ணமயமாக்க வேண்டும் ஒளிமயமாக்கவேண்டும் என்று சொல்லுங்கள் புரிகிறது! ஆனால் உலகமயமாக்கம் என்ற சொல் நமக்குப் புரியவில்லை. நம் ஆட்சியாளர்கள் நமக்கு அளித்த நன்கொடை இது. இவர்கள் ஏதோ சொல்ல வருகிறார்கள். அதில் ஒரு நுண் அரசியல் இருக்கிறது; நான் கட்சி அரசியலைச் சொல்லவில்லை.

உலகமயமாக்குவது என்றால் உலகையே சந்தையாக மாற்றுவது. உலகிலே சந்தை மட்டும் இருந்தால் போதுமா? இம்மதுரையிலே சந்தையும் இருக்கும்; தமுக்கமும் இருக்கும்; மீனாட்சிகோயிலும் இருக்கும், மனநோயாளிகளுக்கான மருத்துவமனையும் இருக்கும்; சந்தையில் ஐந்துவயது சிறுவர், சிறுமிகளுக்கு இடம் இருக்க முடியுமா அல்லது கம்பு ஊன்றி நடக்கும் வயதானவர்களுக்கு இடம் இருக்குமா? வயதானவரைத் தெருவில் பார்த்தால் ஒதுங்கி நடப்போம். ஆனால் சந்தையில் "சந்தையில இடிக்கிறதெல்லாம் சகஜம்" என்று போய்விடுவார்கள். பாக்கெட்டில் பணமில்லாதவ னுக்குச் சந்தையில் இடமிருக்குமா? கன்னிப் பெண்களுக்கு அங்கு இடமிருக்குமா?

சந்தை என்பது வாங்குவதற்கான இடமே தவிர, அங்கு மனித உறவுகள் மலராது. சிறைச்சாலைகளில் மனிதஉறவுகள் மலரும். மருத்துவமனைகளில் கூட மனிதஉறவுகள் மலரும். நான் ஒரு மாதம் மருத்துவமனையில் இருந்தேன். பக்கத்து அறையில் இருந்தவர்களெல்லாம் நண்பர்கள் ஆகிவிட்டார்கள். ஆனால் சந்தையில் "அஞ்சால் விற்றால் லாபம் என்றால், அஞ்சால் விற்போம். நஞ்சை விற்றால் லாபம் என்றால், நஞ்சை விற்போம்". இது சந்தையின் தன்மை.

உலகமயமாக்கலை இடதுசாரிகள் எதிர்க்கிறார்கள்; அறிஞர்கள் எதிர்க்கிறார்கள். என்னைப் போன்ற பண்பாட்டு ஆய்வாளர்களும் எதிர்க்கிறோம். ஏனென்றால் இது ஒரு பண்பாட்டுப் படையெடுப்பு. நமது பண்பாட்டைக் குலைப்பதற்கான முயற்சி. இதைப் பண்பாட்டுத் தாக்குதல் என்றும் கூறலாம்.

பண்பாடு என்பது பொருள் உற்பத்தியில் தொடங்கு கிறது. ஒரு குழந்தை, இலையில் தனக்கான பீப்பீயைச் செய்துகொள்கிறது. தனக்கான வண்டியைச் செய்து கொள்கிறது. தனக்கான காகிதப் பையை செய்துகொள்கிறது. இப்படி தனக்காகச் செய்து கொள்கிறபோது கலாச்சாரம் பிறக்கிறது. பொருள் உற்பத்தியில்தான் உறவுகள் மலரும். பொருள்உற்பத்தி செய்கிறபோது மனிதன் கலாச்சாரம் உடையவன் ஆகிறான்; அது வாடுகிறபோது கலாச்சாரமும் செத்துப் போய்விடுகிறது. உலகமயமாக்கம் என்ற பெயரில் இவர்கள் உலகையே சந்தையாக்க முயல்கிறார்கள். சந்தையில் எதைவிற்றால் லாபம் கிடைக்கும் என்பதைத் தான் பார்ப்பார்கள்; அங்கு மனிதர்களின் உணர்வுகளுக்கு இடமிருக்காது.

மரபுவழியான அறிவுச்செல்வத்தைத் திட்டமிட்டுக் கொள்ளையடிப்பது உலகமயமாக்கம். இதை மார்க்ஸ் "தொகுக்கப்படாத விஞ்ஞானம்" என்றார். நம்முடைய பாரம்பரிய மருத்துவ அறிவுகளைக் கொள்ளையடிப்பது

தொ. பரமசிவன்

உலகமயமாக்கம். கால்ல புண்ணுவந்தா மஞ்சளையும் வெங்காயத்தையும் அரைச்சுப் போடுவோம். இனி ஏதாவது ப்ரெஞ்ச் கம்பெனியோ கனடா கம்பெனியோ மஞ்சள், வெங்காயத்தையெல்லாம் நான்தான் கண்டுபிடிச்சேன்னு காப்பிரைட் வாங்கி வச்சுக்கிருவான். அப்புறம் வெங்காயம், மஞ்சள் பயன்படுத்த நாம் அவனிடம் அனுமதி கேட்கணும்; பணம் கட்டணும். இப்படி மரபுரீதியான அறிவுச் செல்வத்தைத் திட்டமிட்டே கொள்ளையடிக்கிறார்கள். அறிவு என்பது 19ஆம் நூற்றாண்டு இங்கிலாந்து தொழிற்புரட்சியில் கண்டுபிடிக்கப்பட்டதல்ல. நமக்கு அறிவு பற்றிய சரியான பார்வை இல்லை.

பி.எஸ்சி இரசாயனம் படிக்கும் மாணவனைப் பார்த்து இரசாயனம் எப்போது கண்டுபிடிக்கப்பட்டது எனக் கேட்டேன்; அவனுக்குத் தெரியவில்லை, கற்றுக் கொடுத்தால்தானே அவன் சொல்வான். மனிதன் வேட்டை யாடிய நாளில் உணவு மீதப்படும்போது டிஹைட்ரேட் ஆகிறது. அதனை நாளையும் பயன்படுத்தலாம் என்பது இரசாயனமாகும். அதனை இன்னும் கொஞ்சநாள் பயன்படுத்தலாம் என்று உப்பைச் சேர்க்கும்போதே இரசாயனம் வளரத்தொடங்கியது.

மனிதகுல வரலாறு தெரியாத கல்விமுறையில் வளரும் இன்றைய தலைமுறையில் பண்பாடு பற்றிப் பேசுவதெல்லாம் பைத்தியக்காரத்தனம். உலகமயமாக்கம் என்று சொல்லிச் சொல்லியே நம்மை ஏமாற்றிக்கொண்டிருக்கிறார்கள்.

"ஒன்றே குலம், ஒருவனே தேவன்" என்று கேட்கும் போது மகிழ்ச்சியாக இருக்கும். அதை ஒரு தலைவர் சொன்னபோது ஊரே திரண்டது. "ஒன்றே குலம், ஒருவனே தேவன்" என்று சொன்னால் சைவர்களுக்கு மகிழ்ச்சியாக இருக்கும். இது திருமூலரின் திருமந்திரம். "ஒன்றே குலம், ஒருவனே தேவன், அவன்தான் இராமன்" என்னும்போதுதான் பிரச்சனை வெடிக்கிறது." எல்லா பிரம்மாண்டங்களும் மனித விரோதமானவை.

ஜனங்களின் வாழ்வுக்கு பிரம்மாண்டம் தேவையில்லை. பிரம்மாண்டங்களுக்கு எதிரான கலாச்சாரத்தை நாம் உருவாக்க வேண்டும். 60 மாடி, 70 மாடின்னு கட்டடம் கட்டுகின்றபோதுதானே பின்லேடன் வர்றான். உலகின் அறிவுச் செல்வங்களைக் கொள்ளையடிக்க உலகமயமாக்கம் பயன்படுகின்றது. ஆப்பிரிக்காவிலுள்ள காடுகளிலும் கடற்கரையோரங்களிலும் இருந்த தாதுக்களைக் கண்டுபிடித்து கொள்ளையடிக்கிறாங்களே அதுதான் இன்பஃர்மேசன் டெக்னாலஜி. எதற்கும் பயன்படாத தேரிக்காடு. அங்கே கல்லுமுள்ளும் ஓணானும் குடிகொண்டு இருக்கும். அங்கே தோரியம் இருக்குன்னு சொல்றானே, அது இன்பஃர்மேசன். அங்கே பெரிய கம்பெனிக்காரன் வர்றானே அது உலகமயமாக்கம்.

எல்லா இடத்திலும் கையவச்சுட்டு இப்ப சமையலுக்குள்ளயே வந்து கைய வச்சுட்டாங்க. பீட்ஸான்னு ஒரு இத இப்ப திங்க கொடுக்கிறாங்க. அதுல என்னா இருக்குன்னு நமக்குத் தெரியுமா? நம்ம வீட்ல செய்த பண்டத்துல என்னா இருக்குன்னு நமக்குத் தெரியும். "உணவெனப்படுவது நிலத்தொடு நீரே". நம்ம உணவுச் செல்வங்களை இன்னொருத்தன் கொள்ளையடிக்கிறானே அது உலகமயமாக்கம். நிலத்தையும் உணவையும் கூட காக்க முடியாத சமுதாயம் வாழ்வதற்கு லாயக்கில்லாதது. திருமலைநாயக்கர் மகாலும் மீனாட்சியம்மன் கோயிலும் மட்டும் நமது முன்னோர்கள் சேர்த்துவைத்த சொத்து அல்ல. தூயநீரும் காற்றும் நமது சொத்தில்லையா? எதை வேண்டுமானாலும் விற்கலாம் என்பது உலகமயமாக்கம்; விற்கமுடியாத பொருள் மனிதனிடம் இருக்கிறது.

நாம் இங்கு திருவள்ளுவரையே விற்றுக் கொண்டிருக்கிறோம். திருவள்ளுவர் "எற்றுக்குரியர் கயவர்" என்கிறார். திருக்குறளுக்கு உயிர் இருக்கிறது. அதை எழுதியவனுக்குச் சாவு இல்லை என்கிறோம். வடநாட்டில் வியாசர் மகாபாரதத்தைச் சொல்ல, அதை விநாயகர் தன் கொம்பை உடைத்து எழுதியதாக மரபு

இருக்கிறது. ஆனால், இதைவிட சீரிய மரபு தென்னாட்டில் இருக்கிறது. விநாயகருடைய அப்பா சிவனே திருவாசகம் எழுதியதாகக் கூறப்படுகிறது. திருவாசகம் காணாமல் போய் அனைவரும் தேடுகிறார்கள்; காணவில்லை. ஒரு புத்தகத்தைக் காணாமல் ஆக்குவது தேசத்துரோகம். அதைத் தொலைத்தவர்களுக்குத்தான் தெரியும். திருவாசகம், இறுதியில் சிதம்பரத்தில் இருந்தது; சிவபெருமான் கையிலே இருந்தது. சிவபெருமானிடம் கேட்டால் 'இது என் பெர்சனல் காப்பி' என்கிறார். என்னவென்றால் அந்தப் புத்தகத்தில் திருவாதவூர் மாணிக்கவாசகன் சொல்ல, உடையார் திருச்சிற்றம்பலமுடையார் எழுத்து என்று அதில் இருக்கிறது. இதை ஏன் சிவன் வைத்திருந்தார் எனப் பின்னால் வந்த அறிவியலாளர், தத்துவப் பேராசிரியர் சுந்தரம் பிள்ளை சொல்கிறார், "உலகைப் படைத்துக் காத்து, அழித்து, பிறகு மீண்டும் உலகைப் படைக்கும்முன் உள்ள ஒரு லஞ்ச் பிரேக்கில் படிக்க ஒரு புத்தகம் வேண்டும் அல்லவா? அதற்கு போரடிக்காமல் இருக்க சிவன் திருவாசகத்தை வைத்திருந்தார்" எனக் கூறுகின்றார் தன் மனோன்மணியத்தில். இவ்வாறு கடவுளே ஸ்க்ரைப்பாக இருந்திருக்கிறார் நம் நாட்டில்.

ஒன்றைத் திட்டமிட்டே பழசாக்குவது உலகமயமாக்கம். இந்த வருடம் இருசக்கர வாகனம் ஒன்றை வாங்கினால் அடுத்த வருடம் ஒரு சின்ன மாற்றத்துடன் புதிதாக ஒன்று வரும். இப்படித் திட்டமிட்டுப் பழசாக்கி அடுத்த பொருளை விற்பது உலகமயமாக்கம். எல்லாவற்றையும் சந்தைப்படுத்திக்கொண்டிருக்கும்போது நாம் இந்த ஏமாளிகளிடம் பண்பாடு பற்றிப் பேசுவது முட்டாள்தனம். பண்பாடு பற்றிப் பேசுவதே நாம் ஏமாளித்தனத்திலிருந்து விடுதலை பெறவேண்டும் என்பதற்காகத்தான்.

உலகமயமாக்கம் எழுத்து உலகத்தில் என்ன மாற்றம் ஏற்படுத்தியிருக்கிறது எனப் பார்ப்போம். சென்னை புத்தகத் திருவிழாவில் 10 இலட்சம் புத்தகம் விற்றுள்ளது எனச் சொன்னார்கள். மகிழ்ச்சி! மனிதன் வாசிக்கத்

தொடங்கிவிட்டான். வாசிக்கும் மனிதன் யோசிக்கிறான். சமூகம் மாற்றம் அடையத் தொடங்கியதா எனப்பார்த்தால் மாற்றம் ஏதுமில்லை. ஏனென்றால் பாதிக்குப் பாதி வாஸ்து புத்தகங்கள் விற்றுள்ளன. இங்கு இப்பொழுது விற்கும் புத்தகங்களைவிட பல மடங்கு குருப்பெயர்ச்சி பலன் புத்தகம் விற்றிருக்கும். குருவே வருசம் வருசம் இடம் பெயருகின்றார் என்றால் நீ உன் சிந்தனையில் இடம் பெயரக் கூடாதா?

மாறுதல் ஒன்றே மாறாதது; 15 வருசமா அப்படியே இருக்கீங்கன்னு சொன்னால் அது உண்மையில்லை; முடி லேசா நரைச்சிருக்கும்; வழுக்கை கூடியிருக்கனும். அப்படியே எதுவும் இருக்க முடியாது. மாற்றங்களை உருவாக்குவது புத்தகங்கள். மக்சிம் கார்க்கியுடைய 'தாய்' காவியம் போன்ற புத்தகங்கள் மக்களிடம் மாற்றத்தை ஏற்படுத்தியவை. அறிந்தும் அறியாமலும் படித்த புத்தகங்கள் நமக்குள் மாற்றம் ஏற்பட உதவுகின்றன. அதென்ன அறியாமல் படித்த புத்தகம்? கொல்லைப்பக்கம் போட்ட தக்காளி திடீர்ன்னு செடியா முளைப்பதுபோல நாம் தெரியாமல் இப்படி வாசித்த புத்தகங்கள்தான் அறியாமல் படித்த புத்தகங்கள்.

மனித மனத்தில் விழும் விதைகள் முளைக்கத் தவறுவதே இல்லை. நான் எங்க ஊர் மாவட்ட நூலகத்தில் ஏழாம் வகுப்பு படிக்கும்போது ஒரு புத்தகம் எடுத்தேன். அது சரித்திரத்தை மாற்றிய 'அங்கிள் டாம்' புத்தகம் என்று தெரியாமல் அதன் குழந்தைப் பதிப்பின் தலைப்பைப் பார்த்து எடுத்தேன். தாமு மாமாவின் கதை. இந்தப் புத்தகத்தை இப்பொழுது காணவே முடியவில்லை. நாம் அடிமையாகவே இருக்கச் சம்மதித்து விட்டோம் என்பதை இது காட்டுகிறது. "பிறப்பொக்கும் எல்லா உயிர்க்கும்" என்ற வள்ளுவரின் வரியைப் படிக்கும்போது அங்கிள் டாம் புத்தகம் ஞாபகம் வரும். மேல்மண், கீழ்மண் ஆவதும், கீழ்மண் மேல்மண் ஆவதும் வரலாறு. ஒரு

புத்தகம் எப்பொழுதும் புரட்சியை ஏற்படுத்திக் கொண்டே இருக்கிறது.

இப்பொழுது சிலர் தினமும் ஒரு புத்தகம் எழுதுகிறார்கள்; என்ன செய்யிறது? பிறப்பொக்கும் எல்லா உயிர்க்கும் என ஒரே வரியில் அப்போதிருந்த சாதிக்கோட்பாடுகளை உடைத்த வள்ளுவரிடம் இருந்த கலகக்குரலை விடவா இனி எழுத முடியும்? எழுத்துல எதிர்ப்பு இருக்கலாம்; கலகக்குரலாய் எழுதலாம்; ஆனால் வெறுப்பு இருக்கக் கூடாது. இப்ப எழுதும் சிலரின் எழுத்த வாசித்தால் வெறுப்புதான் முழுமையாய் வெளிப்படும். கோவம் வரலைன்னா அவன் மனுசனே இல்ல. கடவுள் இருக்காரா, இல்லையான்னு எழுதலாம்; பேசலாம். எதிர்ப்பை வெளிப்படுத்துவது தவறல்ல. வெறுப்பு என்பது இரு காரணங்களினால் வெளிப்படுவது. ஒன்று இயலாமை; மற்றொன்று பொறாமை. இதற்கு மருந்தே கிடையாது.

எதை வேண்டுமானாலும் எழுதலாம். யாரைப் பற்றி வேண்டுமானாலும் எழுதலாம் என்ற தைரியத்தை இவர்களுக்கு யார் கொடுத்தது? உலகமயமாக்கம் எல்லாவற்றையும் சந்தைப்படுத்த முயல்கிறது. என்னிடம் வந்த இளங்கவிஞர் மழை பற்றிய கவிதைத் தொகுப்புக்குத் தலைப்புக் கேட்டார். "தீங்கின்றி நாடெல்லாம்" என்று சொன்னேன். மழையைப் பார்த்தால் ஒவ்வொரு சமயமும் ஒரு வித்தியாசம் காட்டும். ஒரிசா வெள்ளத்தைப் பார்த்தால் தெரியும் "தீங்கின்றி நாடெல்லாம் திங்கள் மும்மாரி" என்னும் வரி. அதைப்போலத் தண்ணீர் இல்லாம தவிக்கிறப்ப தெரியும் "நீரின்றி அமையாது" என்னும் வரி.

வாசிப்பது மூலம் யோசிக்கிறான். யோசிப்பதன் மூலம் சமூக மாற்றத்தை ஏற்படுத்துகிறான். உலகமயமாக்கலில் எல்லாவற்றையும் சந்தைப்படுத்துகிறோம். திருக்குறளை மட்டுமல்ல; திருவள்ளுவரையே சந்தைப்படுத்துகிறோம். இன்று எல்லாவற்றையும் விற்கத் தொடங்கி விட்டோம்.

நுகர்வுக் கலாச்சாரம் ரொம்பப் பெருகி விட்டது. முன்பெல்லாம் வீட்டில் ஒரு சோப்பு இருந்தது. இப்ப ஆறு பேர் இருக்கிற வீட்ல ஏழு சோப்பு இருக்குது. வெளிநாட்டு கம்பெனியெல்லாம் 'ஒனக்கு ஒன்னும்தெரியாது நான் குடுக்கிறேன்; இத சாப்புடு'ன்னு சொல்றான். அதுவும் நம்ம மதுரைல சொல்லலாமாங்க. தினம் ஒரு கண்டுபிடிப்பை, கண்டுபுடிக்கிற ஊரு. போண்டாக்குள்ள முட்டைய வைச்சு கண்டுபுடிச்ச ஊரு. கென்டகி சிக்கன்னு ஒரு கம்பெனி; நான் கோழிக்கறி தர்றேன். அத சமைன்னு சொல்றான். நம்ம ஊருல. நம்ம பொண்ணுகளுக்குக் கோழிக்கறி சமைக்கத் தெரியாதா?

மருத்துவச் சம்பந்தமான அறிவுச்செல்வங்களைத் திட்ட மிட்டுப் பன்னாட்டு கம்பெனிகள் கொள்ளையடிக்கின்றன. இதற்காகவே ஆராய்ச்சி பண்ண ரொம்பப் பேர் இங்கு வந்து இருக்காங்க. இதற்கெல்லாம் பன்னாட்டு நிறுவனங்கள் பணம் கொடுக்கின்றன.

உலகமயமாக்கம், என்ற சொல்லிலேயே நாம் ஏமாந்து போகிறோம். "மெய்ப்பொருள் காண்பது அறிவு". யார் என்ன சொன்னாலும் இந்த நுகர்வுக் கலாச்சாரத்திலிருந்து நாம் விடுபட வேண்டும். இப்ப கடன் திருவிழா, லோன் மேளா எல்லாம் நடத்துறாங்க. இந்தத் திருவிழாவிற்கு எப்ப கொடி ஏத்துவாங்க, எப்ப இறக்குவாங்கன்னு தெரியல. எந்த நாடும் உலக வங்கியிடம் வாங்கிய கடனைத் திருப்பிக் கொடுத்ததாக வரலாறு இல்லை.

"மாற்ற முடியாதது எதுவோ அது அறம். மாற்றம் வந்தாலும் அதிக மாறுதல் வராதது பண்பாடு". உலகமயமாக்கல் என்ற ஆரவாரத்திற்கு ஏமாந்து போகிறோம். நாம் தினமும் பங்குச் சந்தை பார்க்கிறோம். எனக்கு என்னவென்றே புரியவில்லை. இப்பதான் தெரிந்தது; அது இரண்டு சதவீத மக்களுக்கான செய்தியென்று. நாம் பிரம்மாண்டங்களுக்கு எதிரான கலாச்சாரத்தை உண்டு பண்ணவேண்டும். நாயகம் ஜனங்களின் நாயகமாக

இருந்தால், அது ஊடகங்களின் நாயகமாக இருக்க முடியாது. ஒருநாள் அறிஞனை முட்டாளாகக் காட்டும்.

பண்பாடு பற்றியெல்லாம் வாசிக்கிறவங்க குறைவு. இதப்பத்தி யோசிக்கிறவங்க ரொம்ப குறைவு; பேசுறவங்க குறைவு; எழுதுறவங்க ரொம்ப குறைவு. எனக்கு ஒரு இங்கிலீஸ் படம் ஞாபகத்துக்கு வருது. ஆண்டவர் கொடுத்த பல கட்டளைகளை மோசஸ் தொலைத்து விட்டுக் கடைசியாக உள்ளவற்றைத்தான் கடவுள் கொடுத்தார் எனச் சாதிப்பார். அது போல, நாம் எதை இழந்தோம் என்பதைக்கூட மறந்துவிட்டோம். "இழந்தோம் என்பதைவிட இழக்கப்படுகிறோம் ஏன்ற உணர்வே இல்லாமல் இருக்கிறோம்" என வருத்தப்படுகிறார் ஆழ்வார். இதை பாரதி "கஞ்சி குடிப்பதற்கிலார், அதன் காரணங்கள் இவையென்றும் அறிவுமிலார்" என்கிறார். நாம் எப்போதும் மேற்கேதான் பார்ப்போம். கிழக்கே சீனா, ஜப்பானையெல்லாம் பார்க்க மாட்டோம். எத்தனை பேருக்கு ஹோட்டிஸ் என்ற அறிஞரைத் தெரியும்?

இறுதியாக வாசிப்பு என்பது யோசிப்பைத் தரும். யோசிப்பதன் மூலம் சமூக மாற்றம் ஏற்படுத்த வேண்டும். நாம் யோசிப்பதன் மூலம் ஜனங்களின் நிலையை மாற்றவேண்டும். பாரம்பரியமான அறிவுச்செல்வத்தை தக்கவைத்துக்கொள்ளப் போராட வேண்டும். எதையும் விற்கலாம், ஒன்றைத் திட்டமிட்டுப் பழசாக்கி புதியதைச் சந்தைப்படுத்தலாம் என்பது போன்ற பிரம்மாண்டங்களுக்கு எதிராகச் சிந்திக்கும் கலகக்குரல் நமக்கு வேண்டும். பண்பாடு என்பதைப் பற்றிய விழிப்புணர்வு நமக்கு வேண்டும். நன்றி"

பதிவு செய்தவர்: சித்திர வீதிக்காரன்
(மதுரை மூன்றாவது புத்தகத் திருவிழாவில் ஆற்றிய உரை)

டங்கல் என்னும் நயவஞ்சகம்

நினைக்க நினைக்க வியப்பாக இருக்கிறது. நாற்பது ஆண்டுக்காலத்திற்குப்பின் என்ன நடக்குமோ அதை, அப்படியே முன் கூட்டிச் சொல்ல வல்லவர்களைச் சித்தர்கள், முனிவர்கள், நடமாடும் தெய்வங்கள் என்றெல்லாம் சொல்வது உலக வழக்கம். ஆனால் உண்மையில் அப்படிச் சொன்னவர் யார் தெரியுமா? இந்த நடமாடும் தெய்வங்களையும், இதய தெய்வங்களையும் எதிர்த்துப் பெரும்போர் தொடுத்த "நம் அண்ணாதான்."

நம் சிந்தை, உடல் அணு ஒவ்வொன்றும் சிலிர்த்துப்போகச் செய்த அவரது 'தீர்க்கதரிசன'த்தை நாம் தெரிந்துகொள்ள வேண்டும்.

நாற்பது ஆண்டுக் காலத்திற்குமுன் அண்ணா ஒரு நாடகம் எழுதியிருக்கிறார்.

தொ. பரமசிவன்

இந்தியாவில் அப்போதிருந்த கிரேடி என்ற அமெரிக்கத் தூதுவர், "வெளிநாடுகளிலிருந்தும் மூலதனம், உதவி பெறாமலே கூட நீங்கள் நாட்டை அபிவிருத்தி செய்து கொள்ள முடியும் – ஆனால் மூலதனம் ஏராளமாக ஏற்கெனவே உள்ள நாடுகளின் உதவியைப் பெறாவிட்டால், உங்கள் நாட்டு அபிவிருத்தி தாமதப்படும். தக்க நிபந்தனைகளுடனும் சரியான நிலைமையிலும் பலர் பணம் கடன் கொடுக்கத் தயாராக உள்ளனர் என்பதை என் நாட்டு முதலாளிமார்கள் சார்பாக நான் கூற முடியும்" என்று பேசியிருக்கிறார்.

இதை எதிர்த்துத்தான் அண்ணா, 'சகவாச தோசம்' என்னும் இந்த நாடகத்தை எழுதியிருக்கிறார். (பூம்புகார் பதிப்பகம் வெளியிட்டுள்ள 'கட்டை விரல்' என்ற தொகுப்பில் இந்த நாடகம் வெளிவந்துள்ளது.)

இந்தியா என்ற மாளிகையை, காரூர் என்ற அமெரிக்கா, காங்கிரஸ் கட்சி என்ற நபரை ஏமாற்றிக் கடன் கொடுத்துக் கொள்ளையடிக்கப் பார்க்கிறது என்பது இந்த நாடகத்தின் பொருளாகும்.

இன்றைய நிலைமையை நினைத்துப் பாருங்கள். 'காட்' ஒப்பந்தம் என்ற பெயரில் ஐந்நூறு அமெரிக்கக் கம்பெனிகள் இந்தியாவைக் கொள்ளையடிக்க நம் நாட்டில் இறங்கப்போகின்றன. அண்ணாவின் கணிப்பு நாற்பதாண்டுகளுக்குப் பிறகு கசப்பான உண்மையாகப் போகிறது. தமிழினத்திற்குப் புதுவாழ்வு தந்த அண்ணா என்ற மாமனிதரின் குரலைத திராவிட இயக்கத் தொண்டர்கள் இனிமேலும் இதய தெய்வங்களிடம் பறிகொடுக்க மாட்டார்கள்.

"இந்தியா போன்ற மூன்றாம் உலக நாடுகளின் விஞ்ஞான வளர்ச்சிக்கு, ஆராய்ச்சிக்கு டங்கல் திட்டம் சாவுமணி அடிக்கும் நிலை உருவாகும். தற்சார்புத்தன்மை சூறையாடப்படும். நாட்டின் தொழில்வளம், மருந்துகள்

தயாரிக்கும் உரிமை, விவசாயிகளின் உரிமை, துணி ஏற்றுமதி, தாவர வளர்ச்சி, கால்நடை வளர்ச்சி போன்ற அறிவு சார்ந்த எல்லாவற்றுக்கும் தடை ஏற்படும். வர்த்தகக் கண்டுபிடிப்பு உரிமை பறிக்கப்பட்டு, ஏகாதிபத்தியவாதிகளின் காலடியில் விழவேண்டிய கட்டாயம் ஏற்படும். கண்டுபிடிப்பு உரிமை என்ற பெயரால் பொருள்களின் விலைகள் மேலும் ஏறும். சாதாரண மக்களுக்கு நோய்தீர்க்கும் மருந்துகூட எட்டாப்பொருளாகிவிடும். சுருக்கமாகச் சொல்லப் போனால், டங்கல் திட்டம் இந்தியாவின் பொருளாதார இறைமையைப் பாழ் படுத்திவிடும். இந்த மோசடித் திட்டத்தை எதிர்த்து அனைத்து முற்போக்கு சனநாயக சக்திகளுடன் இணைந்து குரல் கொடுக்க வேண்டும்"

டங்கல் டங்கல் என்கிறார்களே, அது என்ன?

டங்கல் என்பது ஒருவரது பெயர் ஆகும். ஆர்தர் டங்கல் (Arthur Dunkel) என்பது அவரின் முழுப்பெயர். அவர் 'காட்' GATT என்ற அமைப்பின் முதன்மை இயக்குநராக இருந்தார். அவர் தயாரித்த திட்டம், அவருடைய பெயராலேயே 'டங்கல் திட்டம்' (Dunkel Draft) என்று அழைக்கப்படுகிறது.

காட் (GATT) என்றால் என்ன?

இரண்டாம் உலகப் பெரும்போருக்குப் பிறகு 1947இல் அமெரிக்காவும் அதற்கு ஆதரவான மேலைநாடுகளும் சேர்ந்து 'வரி' வர்த்தகப் பொது ஒப்பந்தம்' (General Agreement on Tariff and Trade) என்ற அமைப்பை உருவாக்கின. இந்த அமைப்பிற்குத்தான் 'காட்' என்று பெயர். அப்போதே இந்தியாவும் இதில் கையெழுத்துப் போட்டுள்ளது. முதலில் கையெழுத்திட்ட எல்லா நாடுகளும் தங்கள் நாட்டு வியாபாரத்தைப் பாதுகாத்துக் கொள்ளவும் ஒரு திட்டத்தை உருவாக்கிக்கொண்டன. ஏற்றுமதி, இறக்குமதித் தீர்வைகளைக் கட்டுப்பாட்டுக்குள் வைத்திருப்பதே இதன் நோக்கமாகும்.

அதன் பிறகு 1949, 1951, 1956, 1961, 1962, 1967, 1979, 1986 என்று ஒவ்வொரு முறையும் கூடிப்பேசும் போது ஒப்பந்தத்தின் அளவு பெரிதாகிக் கொண்டே வந்தது. 1986இல் உருகுவே நாட்டில் நடந்த 8வது சுற்றுப் பேச்சில், வளர்ந்த நாடுகள் விவசாயத்தையும் வியாபார எல்லைக்குள் அடக்க முற்பட்டன. மீண்டும் 1991இல் ஜெனீவாவில் கூடிய, அமெரிக்கா, கனடா, இங்கிலாந்து, செருமனி, பிரான்சு முதலிய நாடுகள் தங்களுடைய மேலாதிக்கத்தை நிலை நிறுத்தி, மற்ற நாடுகளை இத்திட்டத்தை ஏற்றுக்கொள்ள வைத்துவிட்டன. 1993 டிசம்பரில் 117 நாடுகள் இதிலே வேறுவழியில்லாமல் கையெழுத்துப் போட்டுவிட்டன. அதிலே இந்தியாவும் ஒன்று.

'வேறு வழியில்லாமல்' என்று சொன்னால் எல்லா நாடுகளும் விரும்பிக் கையெழுத்துப் போடவில்லையா அல்லது எதிர்ப்புக் காட்டவில்லையா?

சில நாடுகள் முணுமுணுத்தன; ஒன்றும் பயனில்லை. கிராமத்தில் கந்துவட்டிக்காரனிடம் அகப்பட்ட ஏழை விவசாயியின் கதை மாதிரி, வளராத நாடுகள் அகப்பட்டுக் கொண்டன.

கந்து வட்டிக்காரன் என்றால்...?

மேலே சொன்ன வளர்ந்த நாடுகள் 1944இல் உலக வங்கி என்ற அமைப்பையும் சர்வதேச நிதி நிறுவனம் (IMF) என்ற அமைப்பையும் ஏற்படுத்தி வைத்திருந்தன. இந்த அமைப்புகளிடம் இந்தியா உட்பட ஏராளமான நாடுகள் கடன் வாங்கியுள்ளன. இந்த அமைப்புகள் கடன் கொடுக்கிறபோது ஏகப்பட்ட நிபந்தனைகளைப் போடும், அந்த நிபந்தனைகளின்படி நடந்தால் திரும்பக் கடனை அடைக்கிற சக்தி ஒரு நாட்டுக்கும் கிடையாது. 1986 வரை இந்த ஐ.எம்.எப்க்கும் உலக வங்கிக்கும், கடன் வாங்கிய நாடுகள் ஆண்டு ஒன்றுக்கு, 10 ஆயிரம் கோடி ரூபாய் வட்டியாகவும் தவணையாகவும் கட்டிக்கொண்டுள்ளன.

இந்தியாவுமா இவர்களிடம் வாங்கிய கடனை அடைக்கவில்லை?

இந்த அமைப்புகளிடம் கடன் வாங்கி வட்டி கட்டியே பல நாடுகள் ஓய்ந்துபோயிருக்கின்றன. இந்தியாவும் இதில் அடக்கம். 1980இல் இந்திரா காந்தி தலைமை அமைச்சராகவும் வெங்கட்ராமன் நிதி அமைச்சராகவும் இருக்கிறபோதுதான் ஐ.எம்.எப்பில் முதலில் இந்தியா கடன் வாங்கியது. ஐ.எம்.எப். போட்ட நிபந்தனைகளையெல்லாம் மக்களுக்குத் தெரியாமல் மறைத்துவிட்டார்கள்.

நிபந்தனையோடு கூடிய கடன்...என்றால்?

கடன் வாங்கும் நாடுகளுக்குத் திரும்பச் செலுத்தும் சக்தி இருக்கிறதா என்றுதானே கடன் கொடுப்பவன் பார்க்க வேண்டும். அதற்கும் மேலே போய், "ஆண்டுதோறும் குறைந்தது இவ்வளவு தானியங்களை இறக்குமதி செய்தாக வேண்டும். கியூபாவுக்கு அரிசி ஏற்றுமதி செய்யக்கூடாது. உள்நாட்டில் இன்னின்ன பொருட்களின் விலையைக் கூட்ட வேண்டும்" என்றெல்லாம் நிபந்தனைகள் போட்டுத் தான் கடன் கொடுக்கிறார்கள்.

அதனால்தான் சொல்கிறார்கள்; இந்தியா போன்ற ஏழை நாடுகளுக்கு ஐ.எம்.எப்பும் உலக வங்கியும் பேய் பிசாசு பிடித்த மாதிரி 'காட்' ஒப்பந்தம் இரத்தக் காட்டேரி அடித்தமாதிரி என்று. இந்தியப் பொருளாதாரத்தின் இரத்தத்தைக் குடித்து நம்மைச் சத்தற்ற நாடாக்கிவிடும் இது.

ஒப்பந்தம் நடைமுறைக்குவரும் முன்னாலேயே ஏன் இவ்வளவு கடுமையாகச் சாடுகிறீர்கள்? அமெரிக்கா, கனடா, செருமனி முதலிய நாடுகளெல்லாம் இந்தியாவின் எதிரி நாடுகளா, இல்லையே?

எதிரிநாடுகள் நம்மீது ஆயுதத் தாக்குதல்தான் தொடுக்கும். இந்த நாடுகளோ, 'நட்பு ஒப்பந்தம்' என்ற பெயரில் அட்டைகளாய் நம்முடைய இரத்தத்தை உறிஞ்

சிவிடும். இன்னொன்றையும் தெரிந்துகொள்ளுங்கள். இந்த வெளிநாட்டு அரசுகள் நம்நாட்டில் முதலீடு செய்யப்போவதில்லை. அந்நாடுகளின் அரசாங்கத்தைக் கையில் வைத்திருக்கும் பெரிய பெரிய கம்பெனிகள்தான் நம் நாட்டில் முதலீடு செய்யப்போகின்றன. இந்தக் கம்பெனிகள் நாணயமானவை அல்ல. அமெரிக்காவில் மட்டும் ஃபார்ச்சூன் 500 (Fortune 500) என்ற பட்டியலில் உள்ள 500 பெரிய கம்பெனிகள் உலக அளவில் வியாபாரம் செய்கின்றன.

இந்தியா மாதிரி ஏழைநாட்டில் இந்தத் தனியார் கம்பெனிகள் என்ன பெரிய இலாபம் சம்பாதித்துவிட முடியும்?

ஒன்றை நினைவிலே வைத்துக்கொள்ள வேண்டும். இந்தியர்கள்தான் ஏழைகள், இந்தியா ஏழைநாடு அல்ல. நெய்வேலி நிலக்கரி, நரிமணம் பெட்ரோல் போல இந்தியாவில் இன்னும் நாம் கண்டு பிடிக்காத அல்லது பயன்படுத்தாத மூலவளங்கள் நிறைய இருக்கின்றன. இந்தியாவிலேதான் மனித உழைப்பும் ரொம்ப மலிவாகக் கிடைக்கின்றது. நரிமணம் பெட்ரோலைக்கூட அந்நியக் கம்பெனிகள்தான் எடுத்துக்கொண்டுள்ளன. (நெய்வேலியில் நிலக்கரியிலும் நரிமணம் பெட்ரோலிலும் தமிழகத்திற்கு உரிய பங்குத்தொகை கிடைக்காததற்கு மத்திய அரசு மட்டுமல்ல. இந்த அந்நியநாட்டுக் கம்பெனிகளும் காரணமாகும்) எனவேதான் வளர்ந்த நாடுகள் இந்தியா மீது கண்வைத்துள்ளன.

இவர்கள் நாணயமானவர்கள் அல்லர் என்று எப்படிச் சொல்லுகிறீர்கள்?

ஒன்றிரண்டு உதாரணம் சொல்லுகிறேன். 1984 டிசம்பரில் போபால் நகரத்திலே ஒரு கம்பெனிக் கிடங்கிலிருந்து நச்சுவாயு (மித்தில் ஐஸோ ஸயனைடு) கசிந்து 4000க்கும் மேற்பட்ட ஏழை மக்கள் இறந்தார்கள். ஏராளமான கால்நடைகள் இறந்தன. கண்கள், சுவாசப்பை

முதலான உறுப்புகள் பாதிக்கப்பட்ட மக்கள் பல்லாயிரம் பேர் இன்னும் அவதிப்படுகிறார்கள். பத்தாண்டுக் காலம் கழித்து அவர்களில் மிகச்சிலர்தான் தங்களுக்குரிய நட்டஈட்டுத் தொகையைப் பெற்றிருக்கிறார்கள். நாலாயிரம் இந்திய மக்கள் செத்தபிறகும் கூட 'இந்திய நீதிமன்றங்களுக்குத் தாங்கள் வெளிநாட்டுக் கம்பெனி என்பதால் தங்களை விசாரிக்க உரிமையில்லை' என்று அந்தக் கம்பெனி வாதாடியது. 'யூனியன் கார்பைடு' என்ற அந்த அமெரிக்கக் கம்பெனி தயாரிக்கும் எவரெடி செல்லை (பேட்டரியை)த்தான் நாம் இன்னும் காசு கொடுத்து வாங்கிக்கொண்டிருக்கிறோம். இன்னொரு கம்பெனி, காம்கில்ஸ் என்கிற அமெரிக்க(கனடா) கம்பெனி. இந்த கம்பெனிக்கு இரண்டு ஆண்டுகளுக்கு முன்னால், நமது மத்திய அரசாங்கம் குஜராத்தில் 'அயோடின்' கலந்த உப்பு தயாரிக்க ஆயிரக்கணக்கான ஏக்கர் நிலத்தை ஒதுக்கியது. அதாவது அந்நியர்களை எதிர்த்து காந்தியடிகள் உப்புச் சத்தியாகிரகம் நடத்திய அதே குஜராத்தில், இவர்கள் உப்பு தயாரிக்க இந்தியக் கம்பெனியை அழைத்து வந்தார்கள். ஆனால் அந்தப்பகுதி மக்கள் திரண்டெழுந்து அந்த முயற்சியை எதிர்த்துப் போராடினார்கள். ஜனதாதளத்தின் தலைவர்களில் ஒருவரான ஜார்ஜ் பெர்னான்டஸ் எம்.பி. அந்தப் போராட்டத்தை முன்னின்று நடத்தினார். மக்களின் எதிர்ப்பைத் தாக்குப்பிடிக்க முடியாத கார்கில்ஸ் கம்பெனி 1993 செப்டம்பரில் அத்திட்டத்தைக் கைவிட்டுவிட்டது. இதெல்லாம் 'காட்' ஒப்பந்தத்தில் இந்தியா கையெழுத்து போடுவதற்கு முன்பு நடந்த விஷயங்கள் என்பதை நினைவில் வைக்க வேண்டும்.

அப்படியானால் இந்தக் கம்பெனிகள்தான் இனிமே இந்தியாவில் மூலதனம் போட்டு வியாபாரம் செய்யப்போகின்றனவா?

இனிமேல் என்ன, ஏற்கெனவே நாம் காசு கொடுத்து வாங்கிக்கொண்டிருக்கிற மருந்துகளில் பல, இந்த வெளிநாட்டுக் கம்பெனிகள் இந்தியாவில்

தயாரிப்பவைதாம். நம்முடைய ஆங்கில மருந்துக்கடைகளில் போய்ப் பார்த்தால் தெரியும். பார்க் டேவிஸ், சிப்லா, சிபா கெய்கி, கூப்பர், சாண்டஸ், பாயர், ராலிஸ், ஹோஸ்ட் (Hoeshst) இவையெல்லாம் அமெரிக்க, செருமனிய, கனடா, ஸ்விஸ் நாட்டுக் கம்பெனிகள். கடந்த மாதம் நமது பிரதமர் செருமனிக்குப் போயிருந்தபோது சிபா கெய்கி கம்பெனியினர் இந்தியாவில் தொழிலை விஸ்தரிப்பது தொடர்பாக அவரைச் சந்தித்திருக்கிறார்கள். அது மட்டுமல்ல, பல நாடுகளில் தடை செய்யப்பட்ட மருந்துகளைக் கூட இவர்கள் இந்தியாவில் விற்றுக்கொண்டுள்ளார்கள். இந்திய அரசும் அதை அனுமதித்துக்கொண்டுள்ளது. இவர்கள் மருந்து விற்கிறார்களா, நஞ்சு விற்கிறார்களா என்று ஏற்கெனவே இந்திய விஞ்ஞானிகள் இவர்களோடு சண்டை போட்டுக்கொண்டிருக்கிறார்கள்.

இந்த காட் (GATT) ஒப்பந்தத்தால் புதிதாக இந்தக் கம்பெனிகள் நமக்கு என்ன கேடு செய்துவிட முடியும்? மருந்தைப் பொறுத்த மட்டில் நாம் அதிகமாகப் பிடிவாதம் பிடிக்க முடியாது அல்லவா?

அப்படி இல்லை; எந்த வெளிநாட்டு ஒப்பந்தமும் நம்முடைய உள்நாட்டுத் தொழில் வளர்ச்சிகளை முடக்கக்கூடாது அல்லவா? 1987லேயே ராஜீவ்காந்தி நம்முடைய மருந்துக் கட்டுப்பாட்டுத் திட்டத்தைத் தளர்த்தி இந்தக் கம்பெனிகள் கொள்ளை இலாபம் அடிக்க வழி செய்தார். இப்பொழுது மிச்சம் இருக்கிற கட்டுப்பாடுகளையும் தளர்த்துகிறார்கள். ஒரு உதாரணம் சொல்ல வேண்டுமானால் கிளாக்சோ என்ற வெளிநாட்டுக் கம்பெனி தயாரிக்கிற சாண்டாக் என்கிற குடல்புண் மருந்து பத்து மாத்திரைகளின் விலை இப்பொழுது இந்தியாவில் 29 ரூபாய்தான். பாகிஸ்தானிலே இதுவே பத்து மாத்திரை 260 ரூபாய். அமெரிக்காவிலே இருபத்து நான்கு டாலர் (அதாவது ரூ. 760க்கும் மேல்). நாம் இந்த ஒப்பந்தத்திலே உள்ளபடி எல்லா மருந்துக் கட்டுப்பாட்டுச்

சட்டங்களையும் நீக்கினால் இந்த மருந்து விலைகள் குறைந்தது பத்து பங்காவதுகூடும். ஏழை மக்கள் மருந்து வாங்கமுடியாது. அது மட்டுமல்ல, இப்பொழுது நம் நாட்டுக் கம்பெனிகள் தயாரித்து வெளிநாட்டிற்கு ஏற்றுமதி செய்யக் கூடிய மருந்து வியாபாரமும் படுத்துவிடும்.

இந்தியா பெரும்பாலும் விவசாயநாடுதானே, இந்தக் கம்பெனி வியாபாரம் விவசாயத்தைப் பாதிக்காது அல்லவா? அந்த அளவிற்கு நிம்மதிதானே?

இல்லை இல்லை! இந்த ஒப்பந்தத்தின் மூலம் இந்திய மக்களின் தலையில் இடிவிழுகிற இடமே அதுதான். இந்த ஒப்பந்தம் விவசாயத்தையும் கம்பெனி வியாபாரத்தோடு சேர்த்துப் பார்க்கிறது.

விவசாயம் எப்படி கம்பெனி வியாபாரமாகும்?

இந்த வளர்ந்த நாடுகளைச் சேர்ந்த கம்பெனிகள் செய்கிற பெரிய வியாபாரமே விதை வியாபாரந்தான். அதிகமகசூல் விதை, வீரிய விதை, ஒட்டுவிதை என்ற பெயரில் விவசாய நாடுகளுக்கு விதை வியாபாரம் செய்து விட்டு, "அந்த விதையை நாங்கள்தான் கண்டு பிடித்தோம். ஆகவே ஒவ்வொரு ஆண்டும் எங்களுக்கு அதற்குரிய ராயல்டி (வடிவுரிமைப் பங்கு) தரவேண்டும்" என்று பிடுங்கித் தின்றுகொண்டு இருக்கின்றன.

இந்த நிறுவனங்கள் எந்த நாட்டைச் சேர்ந்தவை?

அமெரிக்காவைச் சேர்ந்த கார்கில், எப்.எம்.சி., மோன்சாண்டோ, அப்ஜான் ஆகியவையும் சுவிட்சர்லாந்தைச் சேர்ந்த சிபா கெய்கி நிறுவனமும் இதிலே முக்கியமானவை. பிரிட்டனைச் சேர்ந்த ராயல் டச் என்ற கம்பெனியும் முக்கியமானது.

உப்பு தயாரிக்க குசராத்திற்கு வந்த கார்கில் கம்பெனிதானே இதுவும்?

தொ. பரமசிவன்

அதே திருடர்கள்தான் இவர்கள்! ஏற்கெனவே இந்தியாவிலே கால்வைத்து இருக்கிறார்கள். இந்தியாவில் இவர்கள் விதைவிற்கும் இலட்சணத்தைச் சொல்லட்டுமா? ‘கார்கில் சீட்ஸ்’ என்ற பெயரில் இவர்கள் பெங்களூரில் வியாபாரம் தொடங்கினார்கள். கர்னாடகத்தில் ஓர் ஏக்கருக்கு எட்டு குவிண்டால் சூரியகாந்தி விளைகிறது. இந்தக் கம்பெனிக்காரர்கள், ‘நாங்கள் விற்கிற விதையில் ஏக்கருக்குப் பதினாறு குவிண்டால் விளையும்’ என்று விவசாயிகளை ஏமாற்றினார்கள். விவசாயிகள் வாங்கி விதைத்த பிறகு நிறைய இரசாயன உரங்களைப் போடச் சொன்னார்கள்; விவசாயச் செலவும் கூடிப் போயிற்று. கடைசியில் ஏக்கருக்கு ஐந்து குவிண்டால்தான் விளைந்தது. கர்நாடக விவசாய சங்கத்திற்குக் கோபம் வந்துவிட்டது. விவசாயிகள் கார்கில் கம்பெனி அலுவலகத்திற்கு வந்து சூறையாடி விட்டுப்போனார்கள். அதற்குப் பிறகு இந்த அமெரிக்கக் கம்பெனி திமிராக அறிக்கை விடுகிறது. ‘நாங்கள் இந்த வன்முறைக்கெல்லாம் பயப்படமாட்டோம்’ என்று. இந்தத் தைரியத்தை இவர்களுக்கு யார் கொடுத்தது?

அதையும் யோசிக்க வேண்டும். இப்போது இன்னொரு சந்தேகம். ஏற்கெனவே நாம் ஐ.ஆர். 8 ஐ.ஆர் 20 மாதிரி ஒட்டு விதைகளைப் பயன்படுத்திக்கொண்டிருக்கிறோம். அந்த விதைகளும் இவர்களிடம் வாங்கியதுதானா?

நம்முடைய விவசாயத்தின் அழிவே அங்குதானே தொடங்கியது. இந்திரா காந்தி ஆட்சிக்காலத்தில் பிலிப்பைன்ஸ் நாட்டிலிருந்து வந்தவை அங்கே ஒரு சர்வதேச அரிசி ஆராய்ச்சி நிலையம் இருக்கிறது. அது பிலிப்பைன்ஸ் நாட்டிலே இருந்தாலும் அதற்குப் பணம் கொடுத்து அதனைப் பின்னால் இருந்து நடத்துபவர்கள் அமெரிக்கக் கம்பெனிகள்தான். இவர்கள் கால் வைத்ததால்தான் நம்முடைய பூமி பாழாகத் தொடங்கியது.

எப்படி?

இவர்கள் வியாபாரத்திற்குக் கொண்டு வருகிற விதைகள் எல்லாம் அதிகமாக இரசாயன உரத்தை (யூரியா, கம்ப்ளக்ஸ், பொட்டாஷ்) சாப்பிடும் இரகங்களாகும். அந்த உர வியாபாரத்திலும் அந்தப் பன்னாட்டுக் கம்பெனிகள் நம்மிடம் கொள்ளை அடித்தன. இந்தப் புது இரக விதைகளில் புதுப்புது நோய்கள் வரும். அதற்கான *D.D.T* பூச்சிக்கொல்லி மருந்துகளையும் இந்தப் பன்னாட்டுக் கம்பெனிகளே விற்கும். ஆக மொத்தத்தில் இந்தக் கம்பெனிகள் நம்மை ஒவ்வொரு கட்டத்திலும் கொள்ளை அடிக்கும்; கொள்ளை அடித்துக்கொண்டிருக்கின்றன. நமது விவசாயிகளுக்குக் கடைசிவரை தெரியாமலேயே போய்விட்ட உண்மையையும் சொல்லட்டுமா?

இது என்ன, புதைசேற்றில் அகப்பட்டவன் கதையாக இருக்கிறது, சொல்லுங்கள்?

அப்படித்தான். புதைசேற்றில் அகப்பட்டவன் எழுந்திருக்க முயற்சி பண்ணும்போதெல்லாம் திரும்பத் திரும்ப உள்ளே போவது மாதிரிதான். *1973*ஆம் ஆண்டு ஒரு பஞ்சம் வந்ததே நினைவிருக்கிறதா? ஐ.ஆர்.*8* நெல் விதைகளோடு வந்த 'துங்க்ரோ வைரஸ்' என்னும் நோய்க்கிருமிதான் அப்போது பயிர்களை அழித்துப் பஞ்சத்தை உண்டாக்கியது என்று இப்போது விஞ்ஞானிகள் சொல்கிறார்கள்.

அப்படியானால் இந்த விதைகளை விட்டுவிட்டு நம் நாட்டு இரகங்களையே பயிர் செய்யலாமே?

நாம் நினைத்தாலும் அது ஒன்றும் உடனடியாக நடக்காது. பெருமளவிற்கு நம்முடைய நாட்டு இரகங்களை யெல்லாம் நாம் தொலைக்குமாறு செய்துவிட்டார்கள். *1000, 2000* வகை விதைக்ளை நட்டுக்கொண்டிருந்த நாம் இப்போது நான்கைந்து இரகங்களோடு நின்றுவிட்டோமே! இவர்கள் சொன்ன புதிய உரங்களைப் போட்டுப் போட்டு நம்முடைய வயல்களெல்லாம் கிழடு தட்டிப் போய்விட்டதையும் மறந்துவிடக்கூடாது. இந்த ஒப்பந்தத்தில்

கையெழுத்துப் போட்ட பாவத்திற்கு இனி ஆண்டுதோறும் அவர்களுக்கு 'ராயல்டி' என்ற பெயரில் 'கப்பம்' கட்டவும் வேண்டும்.

மறுவிதைப்பிற்குத்தான் நாமே விதைகளை எடுத்துக் கொள்ளலாமே, இவர்களிடம் வாங்கத் தேவையில்லையே?

அப்படி ஒப்பந்தம் போட அந்நிய நாட்டுக்காரன் என்ன முட்டாளா? முதல் இருபது ஆண்டுகளுக்கு நாம் ஆண்டுதோறும் கப்பம் கட்டியாகவேண்டும்.

சரி, அந்த விதையே போடாமல் வேறு விதையைப் போட்டுவிட்டால் அவர்கள் கப்பம் கேட்க முடியாதல்லவா?

அதுவும் கிடையாது! 'நாங்கள் அந்த உயர் மகசூல் விதைகளைப் போடவில்லை' என்று நீங்கள் வலியப் போய் நிரூபித்தாகவேண்டும்.

அவர்கள் கேட்டால்தானே?

அவர்கள் கேட்காமலேயே நீங்கள் வலியச் சென்று நிரூபிக்க வேண்டும் என்பதுதான் ஒப்பந்தத்தில் உள்ள விதி; அதாவது (Burdon of Proof) 'நான் தவறு செய்யவில்லை' என்று நிரூபிப்பது தேசபக்தியுள்ள இந்திய விவசாயியின் கடமை!

அப்படியென்றால் இந்திய விவசாயி அந்நிய நாட்டுக் கம்பெனிகளுக்கு அடிமையா?

இந்தியாவின் பிரதமரும் நிதிஅமைச்சரும் இந்திய விவசாயிகளை அப்படித்தான் ஆக்கியிருக்கிறார்கள். இதுதான் பச்சையான உண்மை.

இந்த ஒப்பந்தக் கொடுமை வேறு எந்தெந்தத் துறைகளை யெல்லாம் பாதிக்கும்?

துணிகளுக்கான செயற்கை இழை தயாரிக்கும் அந்நியக் கம்பெனிகள் இங்கு வந்து இறங்கப் போகின்றன.

அதிலே 'டூபாண்ட்' என்று ஒரு பெரிய கம்பெனி. அவர்கள் கோவாவிலே தாப்பர் என்கிற இந்தியக் கம்பெனியோடு சேர்ந்து செயற்கை இழை தயாரிக்க ஒப்பந்தம் போட்டிருக்கிறார்கள். இன்னும் 10, 15 ஆண்டுகளிலே இந்தியாவின் ஜவுளித் தொழிலும் நசிந்துபோய்விடும்.

இப்படியெல்லாம் ஒப்பந்தம் போட்டால் நம் இந்தியச் சுதந்திரம் என்னாவது?

இந்தக் கேள்வியைத்தான் இந்தியாவிலுள்ள எல்லா அரசியல் கட்சிக்காரர்களும் கேட்கிறார்கள். படித்தவர்கள் கேட்கிறார்கள்; நாட்டுப்பற்றுள்ள விஞ்ஞானிகள் கேட்கிறார்கள்; மேற்கு வங்க அரசு இதை எதிர்த்து வழக்குப் போட்டிருக்கிறது. பாரதீய சனதாக் கட்சி முதலில் ஆதரித்தது. உள்நாட்டு முதலாளிகளுக்குப் பிழைப்புப் போய்விடுமே என்ற பயத்தில் அதுவும் இப்போது எதிர்க்கிறது. மார்ச் 29இல் நாடாளுமன்றத்தில், ஒப்பந்தம் போட்டவர்களின் செயல் இந்திய இறையாண்மையைப் பலி கொடுத்துவிட்டதாக ஜார்ஜ் பெர்னாண்டஸ் சாடியிருக்கிறார்.

சரி, இந்திய விவசாயத்தின் மீதான இவர்களின் தாக்குதல் எந்தெந்த வகையிலெல்லாம் வரும்?

வருமா? ஏற்கெனவே வந்துவிட்டது. 1992 டிசம்பரில் இதே மன்மோகன்சிங்கும் நரசிம்மராவும் – அந்நிய செலாவணியைச் சேமித்து இந்தியாவைக் காப்பாற்றப் பிறந்தவர்கள். 30 இலட்சம் டன் கோதுமையை இறக்குமதி செய்தார்கள். கனடாவிலிருந்து பத்தரை இலட்சம் டன், ஆஸ்திரேலியாவிலிருந்து பத்து இலட்சம் டன் அமெரிக்காவிலிருந்து ஒன்பது இலட்சம் டன் வாங்கினார்கள். இந்திய விவசாயி குவிண்டால் ஒன்றுக்கு 350 ரூபாய் விலையில் கோதுமை தரத் தயாராய் இருந்தான். ஆனால் அவர்கள் குவிண்டால் 517 ரூபாய் விலையில் வெளிநாட்டில்

வாங்கினார்கள். இந்த ஒரு வியாபாரத்திலே மட்டும் 1500 கோடி ரூபாய் அந்நியச் செலாவணி பாழாகப் போயிற்று.

அது மட்டுமல்ல, அதற்கும் கொஞ்சம் முன்னாலே அமெரிக்காவிடம் இந்தியா மானியவிலைக்குக் கோதுமை கேட்ட போது, "நீங்கள் எங்கள் எதிரி நாடான கியூபாவிற்கு அரிசி ஏற்றுமதி செய்கிறீர்கள். உங்களுக்கு கோதுமை தர முடியாது" என முகத்திலாடித்தாற் போலக் கூறியது அமெரிக்கா. பிறகு 'கியூபாவிற்கு நாங்கள் அரிசி அனுப்புவதை நிறுத்திக்கொள்கிறோம்' என்று இந்திய அதிகாரிகள் அமெரிக்க விவசாயத்துறை செயலாளரிடம் கெஞ்சினார்கள். மடியில் இருப்பதும் போய் மானமும் போன கதையாயிற்று.

ஆக, இந்திய விவசாயி அழிந்தே போவானா?

விவசாயி மட்டுமல்ல, ரேசன் கடைகளில் (நியாயவிலைக் கடைகளில்) வாங்கிச் சாப்பிடுகிற ஏழை மக்களும் அதோகதிதான். நியாயவிலைக் கடைகளில் வழங்கும் அரிசி, கோதுமை முதலியவற்றிற்கு மானியம் கொடுத்து அரசாங்கம் விலையைக் கட்டுப்பாட்டிற்குள் வைத்திருக்கிறது. இந்த மானியத்தைக் கொடுக்காதே என்று 1986இலிருந்து உலக வங்கி இந்தியாவிற்கு நெருக்கடி கொடுத்துக்கொண்டே இருக்கிறது. டங்கல் திட்டமும் இதேதான் சொல்கிறது. அதாவது வெளிச்சந்தை விலையும் ரேசன் விலையும் ஒன்றுபோல இருக்க வேண்டுமாம். இந்த முதலாளிகளின் பேச்சைக் கேட்டு 1993லேயே மத்திய அரசாங்கம் இந்த மானியத்திலே 12% –ஐ வெட்டி விட்டது. அரிசி விலை கூடிப் போயிருக்கிறது. இப்பொழுது மண்ணெண்ணெய்க்கும் சந்தை விலை கூடிவருகிறது. நியாயவிலைக் கடைகளில் அளவு குறைந்து வருகிறது. மண்ணெண்ணெய்யிலும் தாம் கணிசமான அளவு இறக்குமதி செய்கிறோம். அதை விற்றுவரும் வெளிநாட்டு முதலாளிக்கு இலாபம் குறைந்தால் நம் நிதியமைச்சருக்குத் தூக்கம் போய்விடுமே.

டங்கல் திட்டம், ஐ.எம்.எப், உலக வங்கி இவற்றையெல்லாம் மற்ற நாடுகள் எதிர்க்கவில்லையா?

எதிர்த்திருக்கின்றன; எதிர்த்தும் வருகின்றன. நைஜீரியா, செனகல், பிரேசில், பொலிவியா, தாய்லாந்து ஏன், ஜப்பான் மக்கள் கூட இந்தத் திட்டத்தை எதிர்க்கிறார்கள். ஆப்பிரிக்காவில் சகாராப் பாலைவனத்தைச் சுற்றியுள்ள 'சகாரா நாடுகள்' எனப்படும் நாடுகள், இந்த நிறுவனங்களை எதிர்க்கக்கூடச் சக்தி இல்லாமல் நொறுங்கிப்போய்விட்டன. இந்தியா மாதிரி வலுவான நிறைய மக்கள் தொகையுள்ள நாடுகள் எதிர்த்தால் வெற்றிபெற முடியும்.

ஒட்டுமொத்தமாக என்னென்ன விளைவுகள் உண்டாகும் என்று கணக்கிட்டுச் சொல்லுங்களேன்?

1) தேசமே சீரழியும். முதலில் பொது விநியோக முறை சீரழிக்கப்படும்; அதைத் தொடர்ந்து மார்க்கெட் விலை உயரும். ஏழைமக்கள் உணவுக்கும் மருந்துக்கும் நிறையச் செலவழிக்கவேண்டும். விலைகளைக் கட்டுப்படுத்துகிற அதிகாரத்தை மத்திய அரசு, மாநில அரசுகளும் இழந்துபோகும்.

2) நாம் வளர்ச்சி பெற்றிருக்கிற தொழில்முறைகள் சிறுகச் சிறுக அழிக்கப்படும். முதலில் குறைந்த விலையில் பொருட்களை இறக்குமதி செய்து உள்நாட்டுக் கம்பெனிகளை மூட வைப்பார்கள். தொழிலாளர்கள் வேலையிழந்து போவார்கள். பிறகு அதே பொருளுக்குப் போட்டியில்லாத காரணத்தால் அவர்கள் வைத்ததுதான் விலையாக இருக்கும்; அதாவது தேசத்தில் இருக்கிற கொஞ்ச நஞ்சம் பொருளாதார நீதியும் அழிக்கப்படும்.

3) நல்ல இலாபத்தில் இயங்கிக்கொண்டிருக்கிற நெய்வேலி நிலக்கரி நிறுவனம் போன்ற பொதுத்துறை நிறுவனங்கள் தனியாருக்கு மாற்றப்படும். அதனால் இடஒதுக்கீட்டுக்

கொள்கை அங்கே செல்லுபடி ஆகாது. பெரியார் போராடிப் பெற்ற, அண்ணா போராடிக் காத்த – வேலைவாய்ப்பு உரிமை, வி.பி. சிங் அரசு தந்த மண்டல் குழுவினால் கிடைத்த வேலைவாய்ப்பு உரிமை போன்றவை முற்றிலுமாகப் பறிக்கப்படும். ஆகவே இந்தியாவில் சமூகநீதியும் அழிக்கப்படும்.

4) கல்விக்கான மானியங்களை மத்திய மாநில அரசுகள் வெட்டத் தொடங்கிவிட்டன. இணைப்பு என்ற பெயரில் மாநகராட்சிப் பள்ளிகள் சிலவற்றை சென்னையில் மூடத் தொடங்கிவிட்டார்கள். ஐந்தாம் வகுப்புவரையுள்ள தொடக்கப் பள்ளிகளையே மூடும் அபாய நிலையை நாம் தொட்டுவிட்டோம். தமிழ்நாட்டில் மட்டும் இதுவரை தொடக்கப் பள்ளியில் பத்தாயிரம் ஆசிரியப் பணி இடங்கள் நிரப்பப்படாமல் உள்ளன. ஆட்சியிலிருக்கிற அம்மாவின் அரசாங்கம் பட்ஜெட்டில் இதுபற்றி மூச்சுவிடக்கூட இல்லை.

நம்முடைய தொலைக்காட்சிகளிலும் பத்திரிகைகளிலும் பகட்டான விளம்பரங்களும் வக்கிரமான விளம்பரங்களும் பெருகிக்கொண்டு போகின்றன. உள்நாட்டு, வெளிநாட்டுத் தனியார் கம்பெனிகளின் திருவிளையாடல்களில் இதுவும் ஒன்று. ஐம்பது ரூபாய்ப் பொருளுக்கு 80 ரூபாய் விளம்பரம் செய்து 180 ரூபாய்க்கு அதை விற்பது அமெரிக்கக் கலாச்சாரம். பள்ளிக்கூடங்களை மூடிவிட்டுப்பகட்டான விளம்பரங்களுக்கு வாழ்வு கொடுத்தால் நம்நாட்டுப் பண்பாடும் அழிந்துபோகும்.

கடந்த மார்ச் மாதத்தின் கடைசி வாரத்தில் அமெரிக்க நாட்டின் வர்த்தகத்துறை துணைச்செயலர் இராபின் ஃரபேல் இந்தியாவுக்கு வந்துவிட்டுப் போனார். அரசாங்கத்தின் மரபுகளையெல்லாம் மீறி அவருக்கு

வரவேற்பு கொடுத்திருக்கிறார்கள் மக்களை மறந்த காங்கிரசாரும் மைய அரசும்.

மார்ச் 29, 30 தேதிகளில் டங்கல் திட்டம் பற்றிய நாடாளுமன்ற விவாதத்தில் அனைத்துக் கட்சிகளும் ஒன்று திரண்டு இதை எதிர்த்திருக்கின்றன. டெல்லியில் நடந்த ஆர்ப்பாட்டத்தில் ஜனதாதளத் தலைவர் ஜார்ஜ் பெர்னாண்டஸ் எம்.பி. மூவாயிரம்பேருடன் கைது செய்யப்பட்டிருக்கிறார். "ஆயிரம் சமாதானங்கள் கூறினாலும் புதிய காலனி ஆதிக்கம் ஏற்படுவதைத் தடுக்கமுடியாது என்று தோன்றுகிறது" என்று *தினமணி நாளிதழ் (2-4-94)* தனது வருத்தத்தை வெளியிட்டது.

'இந்தியாவில் வெளிநாட்டுக் கம்பெனிகள் நிறைய வரப் போகின்றன. மிக உயர்ந்த சம்பளம் கிடைக்கும்' என்று படித்தவர்கள் சிலர் இங்கு மனப்பால் குடித்து வருகின்றனர். அண்மையில் வந்திருக்கின்ற செய்தி அவர்கள் கனவையும் கலைத்துவிட்டது. 'காட்' டுக்கான அமெரிக்க அதிகாரி ஸ்கிமிட் என்பவர் தொழிலாளர்களின் தரம், சம்பளம் ஆகிய விஷயங்களையும் ஒப்பந்தத்தில் சேர்க்க வேண்டுமென்று மிரட்டி வருகிறார். இதற்கு உண்மையான பொருள் என்ன? 'எங்கள் நாட்டில் அதே வேலைக்குரிய சம்பளத்தை உங்கள் நாட்டுத் தொழிலாளர்களுக்குத் தரமாட்டோம். ஏழைநாடுகளில் உள்ளது போலக் குறைத்துத்தான் தருவோம்' என்பதுதான் அது.

அனுபவம் மிகுந்த பத்திரிகையாளரான குல்தீப் நய்யார் எழுதியுள்ள *(2-4-94 தினமணி)* செய்திகளோடு இந்தக் கட்டுரையை முடிக்கலாம்.

"முன்பு எப்போதையும் விட இப்போது நெருக்கடி கடுமையாக இருக்கிறது. இந்த விஷயத்தில் உலக வங்கியும் ஐ.எம் எஃப்பும் சேர்ந்துகொண்டுவிட்டன. இவை ஒரு விவகாரத்தில் தலையிட ஆரம்பித்துவிட்டனவென்றால் அவை சுட்டிக்காட்டுகிற இடத்தில் கையெழுத்துப்

தொ. பரமசிவன்

போடுவதுதான் நமது வழக்கமாக இதுவரை இருந்து வந்திருக்கிறது. டங்கல் ஒப்பந்தத்துக்கு எதிராகத் தன்னந்தனியாகத்தான் போராட வேண்டியிருக்கும். இதனால் நிர்க்கதியான நிலையிலிருக்கிறோம் என்று அரசு கூறுகிறது. ஆனால் இது உண்மையல்ல. இந்தியாவை விடக் கடுமையாக மலேஷியா தனது எதிர்ப்பைத் தெரிவித்துள்ளது."

சுருக்கமாகச் சொல்வதானால் 'டங்கல்' என்பது ஒரு நயவஞ்சகத்திட்டம்.

இக்கட்டுரை 1994இல் மதுரையிலிருந்து குறுநூலாக வெளியிடப்பட்டது.